# वपु

स्वाती चांदोरकर

मेहता पब्लिशिंग हाऊस

**वपु** । स्वाती चांदोरकर । व्यक्तिचरित्र
Email : author@mehtapublishinghouse.com ।



प्रकाशक : सुनील अनिल मेहता । मेहता पब्लिशिंग हाऊस ।
१९४१, सदाशिव पेठ । माडीवाले कॉलनी, पुणे ४११०३० ।
✆ +91 020-24476924 / 24460313 / Mob. No. 9545000513 ।
E-mail : Email : production@mehtapublishinghouse.com ।
Website : www.mehtapublishinghouse.com ।

मुद्रक : ट्रिनिटी अॅकॅडमी फॉर कॉर्पोरेट ट्रेनिंग लिमिटेड ।

प्रकाशनकाल : मार्च, २००७ । मार्च, २००८ । एप्रिल, २०१३ ।
पुनर्मुद्रण : एप्रिल, २०२१ ।

मुखपृष्ठ : चंद्रमोहन कुलकर्णी ।

मांडणी : फाल्गुन ग्राफिक्स ।

किंमत : ₹ २०० ।

P Book ISBN : 9788177668285 ।
E Book ISBN : 9789353170615 ।
E Books available on : amazonkindle | Google Play Books | Apple Books

---

आई-बापू, मी हे लिहिलं तर आहे.
काही चुकलंमाकलं असेल तर
पूर्वीसारखीच ही चूक पदरात घ्या.
आणि नेहमीसारखा आशीर्वाद
सोबतीला माझ्या शिरावर राहू द्या.

## मनोगत

हा एक छोटासा जीवनपट आहे – माझ्या वडिलांचा – व. पु. काळे यांचा. जशी 'चरित्रं' लिहिली जातात, तसं हे लिखाण नाही. त्यामुळे ह्या जीवनपटात 'प्रकरण-१', 'प्रकरण-२' किंवा 'बालपण', 'शालेय जीवन' अशा तऱ्हेचे किंवा नावांचे वेगळे भाग नाहीत. असे भाग पाडता येत नाहीत. कारण कुठलंही आयुष्य हे एक सलग, अखंडच तर असतं. मग त्या आयुष्याचे भाग पाडणारी मी कोण?

मी हा जीवनपट का लिहिला? असं वेगळं आणि विशेष काय आहे त्यात? प्रत्येक व्यक्तीलाच स्वत:च्या आयुष्याबद्दल प्रामाणिकपणे असं वाटतं की, 'मी आहे म्हणून हे सर्व सहन केलं, माझ्या जागी दुसरं कुणी असतं.... तर!'

पण आई, बापू याला अपवाद ठरले. दोघंही असं कधी म्हणाले नाहीत. त्यांच्या वाट्याला आलेलं आयुष्य या दोघांनीही आनंदाने स्वीकारलं. दु:खं, क्लेश आणि आनंद!

'जीवनपट' लिहिला जावा, यासाठी अगदी नावाजलेली व्यक्तिमत्त्वंच हवीत असं अजिबातच नाही. सामान्य आयुष्यंही खूप काही शिकवून जातात. अशी अनेक आयुष्यं बापूंनी त्यांच्या कथांमधून मांडली.

काही खरी, काही काल्पनिक. माणसांना मांडण्यापेक्षा त्यांनी माणसांच्या वृत्तींवर लेखन केलं म्हणून ते रसिकांना भावलं.

असे हे वपु घरात कसे होते? या वपुंनी मला काय दिलं? किती दिलं? याशिवाय त्याला जोड मिळाली आईच्या प्रेमाची. अखंड वाहणाऱ्या खळखळत्या पाण्याचा आधार बनून, किनारा बनून आई त्या पाण्याच्या खळखळाटाला साथ देत राहिली आणि या प्रेमात चिंब भिजलो आम्ही.

हे कुठं तरी मांडावंसं वाटत होतं.

आई-बापू, मी हे लिहिलं तर आहे. काही चुकलंमाकलं असेल तर पूर्वीसारखीच ही चूक पदरात घ्या. तुम्हाला मांडणं हे सोपं नाही. तरीही प्रयत्न केलाय. काही काही राहूनही गेलं असेल! पण जेवढं काही मांडता येईल, तेवढं मांडण्याचा प्रयत्न केलाय. चूक झाली असेल, तर क्षमा करा आणि नेहमीसारखा आशीर्वाद सोबतीला माझ्या शिरावर राहू द्या.

ह्या लिखाणामुळे मी माझं संपूर्ण आयुष्य पुन्हा एकदा जगले, याचा खूप आनंद आहे आणि मी काय हरवलंय हे तितकंच प्रकर्षाने पुन्हा एकदा जाणवतंय आई-बापू...!

स्वाती

**ए**का गावात एक सावकार राहात होता. तो दयाळू होता. गोरगरिबांना त्यांच्या अडीअडचणीत तो मदत करायचा. व्याजासकट पैसे परत घ्यायचा, पण त्यांच्या मागे तगादा नाही लावायचा. तो सावकार देवभोळा होता. पूजाअर्चा करायचा. कुणी अतिथी आला तर जेवू-खाऊ घालायचा. पण त्याला सतत भीती वाटायची. 'चोरी झाली तर! कुणा लुटारूने तिजोरी लुटली तर!'

एकदा काय झालं, त्या गावी एक साधू आला. त्या साधूची कीर्ती गावभर पसरली. साधू मंदिराजवळच्या एका वडाच्या झाडाखाली राहात होता. लोक त्याच्या दर्शनाला जात असत. तसाच एकदा सावकारही गेला. त्याने साधूला दंडवत घातला. साधूने विचारलं,

'बोल बच्चा, तुम्हे क्या चाहिये?'

सावकार म्हणाला,

'देवकृपेने मजजवळ सर्व काही आहे. पण भीती वाटते. माझी धनदौलत कुणी चोरली तर?'

'डरना बेफिजुल है! ऐसा कुछ नही होगा।'

'महाराज, तुम्ही म्हणता तर तसं काही होणारही नाही; पण तुम्ही मला काही मंत्र वगैरे दिलात तर मी चिंतामुक्त होईन.'

साधूने सावकाराकडे निरखून बघितलं. त्याला सावकाराच्या डोळ्यांत सच्चाई दिसली.

साधू विचार करू लागला. त्याने सहज आजूबाजूला बघितलं. माणसं ये-जा करत होती. कुणी गप्पा मारत होतं. कुठे गाय चरत होती. तीन-चार कोंबड्या मातीतून काहीतरी टिपत होत्या. एक कोंबडी माती उकरत होती, आणि साधू बोलून गेला.

'खरखर खरखर खोदत है।'

तेवढ्यात त्या कोंबडीजवळून एक माणूस गेला. ती घाबरली आणि त्या खोदलेल्या खड्ड्यात पाय मुडपून बसली. साधू म्हणाला,

'पाव अकडकर बैठत है।'

तो माणूस निघून गेला होता. आजूबाजूला कुणी नव्हतं. त्या कोंबडीने मान वर करून कुणी नाही ना, हे बघितलं. लगेच साधू म्हणाला,

'मुंडी उठाकर देखत है।'

तेवढ्यात अजून एक माणूस येताना बघून कोंबडी पळून गेली. साधू हसला,
आणि म्हणाला,

'आदमी को देखकर भागत है।'

सावकाराला काही कळेना. साधू म्हणाला,

'ये लो मंत्र। कहो,

खरखर खरखर खोदत है।
पाव अकडकर बैठत है।
मुंडी उठाकर देखत है।
आदमी को देखकर भागत है।

हर सबेरे और रातको सोनेसे पहले ये मंत्र जपा कर। जा...'

सावकार पहाटे आणि रात्री हा मंत्र म्हणू लागला.

एकदा काय झालं, सावकाराच्या घराजवळ खरंच चोर आला. रात्रीची वेळ होती. सावकार जेवण जेवून, दाराला आतून कुलूप वगैरे लावून झोपण्याची तयारी करू लागला. सावकाराने घरातले दिवे मालवले आणि झोपण्यापूर्वी मंत्र म्हणायला बसला. सावकाराच्या घरात अंधार बघून चोराने सावकाराच्या घराची भिंत हळूहळू फोडायला सुरुवात केली आणि त्याच्या कानांवर शब्द आले,

'खरखर खरखर खोदत है।'

चोर चपापला. पटकन त्या फोडलेल्या भिंतीत लपला. तोच पुढे चोराने ऐकलं,
'पाव अकडकर बैठत है।'

चोराला कळेना की अंधारात तो दिसतोय तरी कुणाला? म्हणून त्याने

मान उंचावून इकडे तिकडे बघितलं, तर लगेचच त्याने ऐकलं.

'मुंडी उठाकर देखत है।'

आता मात्र चोराची खात्री झाली की खरंच त्याला कुणी तरी बघतंय. आपण आता पकडले जाणार या भीतीने चोर त्या भिंतीतल्या खड्ड्यातून बाहेर पडला आणि त्याने धूम ठोकली. इकडे सावकाराने मंत्र पुरा केला.

'आदमी को देखकर भागत है।'

अण्णांच्या सुरांत सूर मिसळवून आम्ही नातवंडांनी शेवटची मंत्राची ओळ मोठ्ठ्यांदा म्हटली आणि अण्णांची गोष्ट संपली.

अण्णांच्या चेहऱ्यावर मिष्किल हसू असायचं. ते जास्त बोलतही नसत. त्यांचे रंग, ब्रश आणि कॅनव्हास बोलायचा. दादाची चित्रकला उत्तम होती; पण तो कधी अण्णांकडे चित्र काढायला शिकला नाही. अण्णा इंचाइंचाचे चौकोन आखून द्यायचे आणि त्याच्या आधाराने चित्रं काढायला शिकवायचे. दादाच्या चित्रांनी चौकोनांचं बंधन कधी पाळलं नाही. त्याचा शिवाजीमहाराज कधी मोजड्यांपासून सुरुवात होऊन वरपर्यंत अवतरायचा, तर कधी दाढी आधी चितारली जायची मग उरलेला शिवाजी. अण्णा ही चित्रं बघायचे, त्याला शिकवायचे; पण नाहीच तो शिकला तरी चिडायचे नाहीत. हळूच हसायचे. बास. इतकंच. पण रात्र झाली, की गोष्ट हवीच. लहानपणापासून गोष्ट ऐकण्याचा नाद आम्हाला लागला. अण्णांनी हा नाद दिला आणि कालांतराने बापूंनी शब्द दिले. त्या शब्दांच्या गोष्टी झाल्या आणि त्या ऐकण्याचा नाद बापूंनी तमाम महाराष्ट्राला लावला; पण त्याचं बीज पेरलं गेलं ते पुण्यातल्या 'श्रमसाफल्य' बंगल्यातल्या साध्यासुध्या पण चमत्कार घडवून आणणाऱ्या नेपथ्यकार श्री. पु. श्री. काळे यांच्याकडून.

सुटीमध्ये आई-बापूंनी दादाला नि मला 'श्रमसाफल्या'त राहायला पाठवलं. मी असेन तिसरीत. आई-बापूंना सोडून राहण्याची सवय नव्हती. रोज संध्याकाळी माझा रडण्याचा कार्यक्रम व्हायचाच. संध्याकाळ ही वेळ तसंही उदासी आणणारी. हवी असलेली व्यक्ती जवळ असेल तरच ह्या वेळेसारखी दुसरी सुरेखशी वेळ नाही. पण

एकटेपण असेल तर फक्त उदासीच उदासी. लहान वयात ह्या वेळी साथ मिळते ती आईवडिलांची, देव्हाऱ्यातल्या मंद तेवणाऱ्या समयीची आणि उदबत्तीच्या सुवासाची. आता हे असं मंगल वातावरण असणारी फार कमी घरं उरली आहेत, ह्याचं खूप वाईट वाटतं. ह्या वातावरणाचा आनंद मला माझ्या आईने भरपूर दिलाय. पुण्याला बंगल्यात हे वातावरण असूनही उदास वाटत होतं, रडू येत होतं कारण समयी तेववणारी आई तिथे नव्हती. आई-बापूंनी मला रामरक्षा पाठ करायला सांगितली होती त्या सुटीत. पण सुरुवात आणि शेवट एवढंच येत होतं. मध्ये-मध्ये शब्द सगळे गायब होत होते.

आई-बापू पुण्याला येणार ती तारीख जवळ येऊ लागली आणि माझी रामरक्षा संपूर्णपणे पाठ काही झाली नव्हती. भीती वाटत होती. मग मी वहीच्या एका पानावर रामरक्षा पाठ न होण्याची कारणं लिहिली. बंगल्याच्या फाटकाच्या लगतच एक इलेक्ट्रिकचा खांब होता आणि त्या खांबाला जाड तारेने गुंडाळलेली-अडकवलेली एक पोस्टाची छोटीशी पत्राची पेटी होती. वहीच्या कागदावर पत्र तर लिहिलं पण पाकीट आणि स्टँप यासाठी पैसे नव्हते. अण्णांकडे पैसे कसे मागायचे, म्हणून पाकिटात पत्र न घालता त्या वहीच्या कागदाची घडी घातली आणि पत्ता लिहिला. 'मेहता इस्टेट, दादर' तो सुटा कागद तसाच ह्या छोट्याशा पोस्टाच्या पेटीत टाकला. गंमत अशी की बापूंना पत्र मिळालं. पोस्ट खात्याने ते माझं विनवणीवजा क्षमापत्र बापूंपर्यंत पोहोचवलं.

'श्रमसाफल्य' म्हटलं की मला माझे ते उदासीचे दिवसही आठवतात आणि रामरक्षा पाठ नाही झाली म्हणून बंगल्यावर आल्यावर न रागावणारे आणि हसून सर्वांना माझं ते विना तिकीट, विना पाकीट पाठवलेलं पत्र दाखवणारे आई-बापूही आठवतात. तो इलेक्ट्रिकचा खांब अजूनही तेथे आहे; पण ती छोटीशी तारेने त्या खांबाला अडकवलेली पोस्टाची पेटी मात्र आता नाही.

मला वाटतं, वय वाढत चाललं की 'काय काय राहिलं नाही?' ह्याचीच यादी वाढत जाते. हो ना?

तो प्रभात रोड, ती गर्द झाडी, लिज्जत पापड ज्या बंगल्याच्या आउट-

हाऊसमध्ये तयार व्हायचे तो बंगला, त्या बंगल्यात मीही माझं छोटं पोळपाट-लाटणं घेऊन जायची आणि पापड लाटणाऱ्या बायकांकडून छोटा डांगराचा गोळा घ्यायची. अनेक चित्र-विचित्र आकारात तो डांगर माझ्या पोळपाटावर पसरायचा. गोलाकार व्हायलाच हवा म्हणून कितीतरी वेळा तो डांगराचा गोळा पुन:पुन्हा मोडला जायचा आणि लाटला जायचा. शेवटी तो गोळा काळाकुट्ट व्हायचा पण त्या डांगराचा गोलाकार काही व्हायचा नाही. मला न मिळालेलं 'श्रमसाफल्य.'

नेपथ्यकार श्री. पु. श्री. काळे! 'पडद्याला टाळी' हा मान अण्णांना मिळाला. कलाकार आणि प्रेक्षक यांच्यामधला पडदा उघडला जातो आणि स्टेजवर जे दृश्य दिसतं, त्या दृश्याला प्रेक्षकांची दाद मिळते आणि त्या नेपथ्याला टाळ्या वाजवल्या जातात.
पसंतीची आणिक वेगळी पावती ती काय असणार?

नेपथ्याला रसिकांची अशी दाद मिळवणारे
ते पहिले आणि मला वाटतं
एकमेव नेपथ्यकार होते.

बापू सांगत होते, 'अमर भूपाळी' सिनेमाचं शूटिंग चालू होतं. होनाजीबाळा गाईला चरण्यासाठी वनात घेऊन जातोय आणि भूपाळी गात आहे. तीच जी पुढे अजरामर झाली. 'घन:श्याम सुंदरा, श्रीधरा, अरुणोदय झाला...'

राजकमल स्टुडिओमध्ये वनाचा सीन खोटी झाडं वगैरे लावून उभारण्यात आला होता. पाऊलवाट तयार करण्यात आली होती. अण्णांनी पडद्यावर ते वन आणि पाऊलवाट रंगवून कंटीन्यू केली होती. शॉट सुरू झाला. जिथे पडदा सुरू होतो तिथे शॉट कट होणार होता, त्याप्रमाणे शॉट कट झाला. पण गायीला मात्र ती पडद्यावर रंगवलेली पाऊलवाट खरी वाटली आणि गाय त्या पडद्यावरच्या पाऊलवाटेवर गेली. पडदा फाटला. अण्णांचं चित्रं इतकं 'जिवंत' उतरलं होतं.

बापूंच्या चेहऱ्यावर त्यांच्या वडिलांच्याबद्दलचा अभिमान नुसता ओसंडून वाहात होता.
बापूंनी 'सांगे वडिलांची कीर्ती' हे अण्णांवर पुस्तक लिहिलं. बापू म्हणायचे, 'मी भाग्यवान! मला असे वडील लाभले.' मी म्हणते, 'मी बापूंपेक्षा जास्त भाग्यवान! मला असे आजोबा मिळाले आणि वडीलही आजोबांइतकेच छान मिळाले.'

'श्रमसाफल्य.' अण्णांनी हयातभर उपसलेल्या श्रमांचं साफल्य झालं ते त्यांनी बांधलेल्या बंगल्यात! स्वत:चं हक्काचं प्रशस्त पण साधंसुधं घर. डेक्कन जिमखान्यावरून प्रभात रोडवर जायचं. तिथे डाव्या हाताला दगडी बांधकाम असलेला बंगला दिसतो. पुढे अंगण, मधे बंगला, मग पाठचं अंगण. फाटकाशी उभं राहिलं आणि बंगल्याचे दरवाजे उघडे असले म्हणजे मुख्य दरवाजा, माजघराचा दरवाजा, पडवीचा दरवाजा आणि मागचा दरवाजा, जर उघडा असेल तर थेट मागच्या अंगणातलं तुळशी वृंदावन दिसतं. नाही. आता नाही दिसत. आता त्या ठिकाणी श्रमसाफल्य नावाची इमारत आहे. बंगला विकला तेव्हा बापू खूप रडले होते. बापूंचं दु:ख बघून आम्हीही रडलो होतो. अण्णा नुकतेच देवाघरी गेले होते. पण ते हयात असताना जेव्हा ताई म्हणजे बापूंची आई, 'बंगला विकूया' म्हणायची तेव्हा अण्णा ते नामंजूर करीत. अण्णा

गेले आणि मग बंगला विकला गेला. एवढ्या मोठ्या बंगल्यात ताई एकटी कशी राहणार? आत्या चिंचवडला राहात होती. आम्ही मुंबईत. बंगला विकला. बापूंच्या आयुष्यातला एक 'प्रवेश' संपला.

तो जो कुणी बिल्डर होता, ज्याने बंगला विकत घेतला आणि पुढे त्याजागी इमारत उभी केली, त्याला माझे मन:पूर्वक धन्यवाद. वास्तू गेली पण त्या इमारतीला दिलेल्या 'श्रमसाफल्य' ह्याच नावामुळे निदान त्या मूळ वास्तूचं नाव आणि आमच्यापुरतं बघायला गेलं तर अण्णांची एक खूण कायम राहिली. जोपर्यंत ती इमारत आहे तोपर्यंत ती तशीच राहील. कधी काळी पुण्याला गेलेच तर, प्रभात रोडवरून एक चक्कर मारली की माझं लहानपण अस्पष्टसं कुठे भेटतंय का त्या श्रमसाफल्याच्या आजूबाजूला, हे बघावंसं वाटतं. मला खात्री आहे. आम्ही कुणीच त्या वास्तूला कधी विसरू शकणार नाही.

'वास्तू' हा बापूंच्या आवडीचा विषय. म्हणूनच कदाचित ते वास्तुकार

झाले असतील. मला आज विचार करताना आश्चर्य वाटतंय ते म्हणजे, मी कधीच बापूंना असं कसं विचारलं नाही की, 'तुम्हाला आर्किटेक्ट का व्हावसं वाटलं?' ते अजून बरेच काही होऊ शकले असते. गायक, वादक, अण्णांसारखे चित्रकार, फोटोग्राफर! पण नाही. वास्तू हा त्यांचा खरंच प्रिय विषय! आणि त्याहीपेक्षा प्रिय होती ती वास्तू जिवंत करणारी माणसं. ह्या माणसांनीच त्यांना लेखक केलं आणि वाचनाचा आळस पण गोष्टी ऐकण्याचं कुतूहल असणाऱ्यांनी त्यांना कथाकथनकार केलं. खरंच, असंच झालं असेल का? वाचन करण्यापेक्षा, त्याच कथा कुणी

रसाळतेने सांगत असेल तर लोकं का नाही ऐकणार? बालपणापासून माणसाला गोष्टी ऐकण्यात रस असतो. मोठ्या वयात आपण लहानांना गोष्टी सांगतो. पण आपली ही ऐकण्याची आवड कायम असतेच ना! माझीही आहे. आजही. माझं बालपण आणि तारुण्य गोष्टी ऐकताना घडत गेलं. ह्या गोष्टी कधी बापूंनी लिहिलेल्या असायच्या, तर कधी घरी आलेल्या ओळखीच्या लोकांच्या असायच्या. कधी नावाजलेल्या कलावंतांचं घरी आगमन व्हायचं आणि साहित्याचं, पांडित्याचं, सुरांचं भांडार उघडलं जायचं. त्या गप्पातल्या, सुरांतल्या काही गोष्टी कळायच्या, काही कळायच्या नाहीत. पण त्या गोष्टी सुंदर होत्या, श्रवणीय होत्या. मानसशास्त्रात सांगतात, 'तुम्ही झोपला आहात आणि त्या अवस्थेत कुणी तुमच्याशी बोलतंय, काही सांगतंय तर ते तुमच्या नकळत तुमच्या अंतर्मनावर कोरलं जातं.' इथे तर मी जागी असायची. म्हणूनच त्या वयात जे समजलं नाही, ते आता ह्या वयात समजतं. ही कळत-नकळत झालेली जडणघडण माझ्या बालपणाला आकार देऊन गेली मग मनात प्रश्न उठतो, 'बापूंचं बालपण कसं गेलं असेल?'

२५ मार्च १९३२, रात्रीचे साडेअकरा. पुणे सेवासदन. बापूंचा जन्म. चतुर्थी होती त्यादिवशी, म्हणून पाळण्यातलं नाव 'गजानन' ठेवलं. पण ताईला हे नाव मान्य नव्हतं. ताईला दोन लहान भाऊ आणि एक लहान बहीण. ताईची ही बहीण मला आजही आठवते. बाबी म्हणायचे तिला. ती खूप संतापी होती आणि हट्टीही. हट्ट म्हणजे किती? बाबीला एक मुलगा. त्याने अभ्यासात हुषार असायलाच हवं असा बाबीचा आग्रह. तो सतत वाचन करायचा. शेवटी त्याच्या डोळ्यांवर परिणाम झाला. चष्मा

लावला तर मुलगा विद्रुप दिसेल या ठाम कल्पनेने बाबीने मुलाला चष्मा वापरू दिला नाही. परिणामी मुलगा ठार आंधळा झाला. बापूंनी बाबीवर एक गोष्टही लिहिली होती. जरासं विषयांतर होतंय; पण बापूंच्या लहानपणाअगोदर ताईंचं लहानपण येतं.

माझी पणजी, ताईची आई. तिला सगळेजण काकू म्हणायचे. ती बालविधवा होती. ती जरा मोठी झाली आणि पुन्हा तिचं लग्न जमलं; पण काकू फसवली गेली होती. ज्या माणसाने काकूशी लग्न केलं, त्याचं आधीही एक लग्न झालं होतं. हे काकूला समजेपर्यंत तिला पाठोपाठ चार मुलं झाली होती; पण जेव्हा तिला हे समजलं तेव्हा ती मुलांना घेऊन घराबाहेर पडली. पुढे कुठं जायचं? हा प्रश्न होता. कारण माहेर अतिशय गरिबीच्या परिस्थितीतलं होतं. तिच्या नशिबाने तिला चांगली माणसं भेटली. मुलांना सांभाळत तिने स्वत:चं शिक्षण पूर्ण केलं आणि म्युनिसिपालटी शाळेत शिक्षिका म्हणून रुजू झाली. तेव्हा ताईचं वय होतं सात वर्षं. ताई तिच्या लहान भावंडांना म्हणजे बाबी, अनंत आणि धाकटा भाऊ वसंत यांना सांभाळायची.

ज्या वाड्यात काकूला राहायला जागा दिली होती ती जागा आधी गोठा म्हणून वापरात होती. कितीतरी सफाई केली गेली असेल पण त्या जागेत भरून राहिलेला शेणा-मुताचा वास काही गेला नसेल. म्हणूनच ताईला अस्वच्छतेची तिडीक निर्माण झाली. ताईच घरातली कामं करायची. चुलीवर पाणी तापवणं, येईल तसं जेवण बनवणं. त्याच दरम्यान तिचा पाय भाजला. एवढंसं वय, पाय भाजलाय, ताई ओरडतेय, वाड्यातली माणसं कुठे बाहेर गेलेली. मदत मिळाली पण उशीर झाला. ताई कायमची लंगडी झाली. पण म्हणून कष्टात सूट मिळाली?– नाही. काकूची शाळा घरापासून दीड-दोन मैल लांब. वसंत लहान. तो अंगावर पीत होता. म्हणून मग ताई वसंतला कडेवर घेऊन काकूच्या शाळेपर्यंत चालत जायची. काकू तिथे वसंतला दूध पाजायची आणि ताई पुन्हा तेवढंच अंतर कापत वसंतला घेऊन घरी यायची. अनंत आणि वसंत दोघेही भाऊ लहान वयातच देवाघरी गेले. घरात राहिल्या ताई आणि बाबी. काकू दिवसभर शाळेत असायची. तिला ताईची काळजी वाटायची.

ताई दिसायला सुरेख. गोरीपान, घारे निळसर डोळे. (बापूंच्या डोळ्यांचा रंग ताईच्या डोळ्यांसारखा होता.) अशा सुंदर मुलीचं घरी काही बरं-वाईट झालं तर? लग्न करून द्यायला पैसा नाही. हुंडा कुठून देणार? शिवाय ताई लंगडी. अण्णांचं स्थळ कुणी काकूच्या ओळखीच्या व्यक्तीने सुचवलं. काकू लगेचच 'हो' म्हणाली. पसंती-नापसंतीचा प्रश्नच नव्हता. अण्णा बिजवर होते, ते काळे होते, ताईपेक्षा जरासे ठेंगणेपण होते. जोडा तसा विजोडच होता; पण अण्णांना हुंडा नको होता. शिवाय ते

तसे खाऊन-पिऊन सुखी होते. मग अजून काय हवं? नहाण येण्याअगोदरच ताईचं अठ्ठावीस वर्षांनी मोठे असणाऱ्या अण्णांशी लग्न झालं. मात्र अण्णांनी ताईला काही कमी पडू दिलं नाही. श्रीमंती नव्हतीच. पण ताईने अनुभवलेली गरिबी पुढच्या संपूर्ण आयुष्यात तिला पुन्हा अनुभवावी लागली नाही. दोन सुस्वरूप मुलं झाली– मोठी मुलगी सिंधू आणि धाकटा मुलगा गजानन. गजानन नव्हे वसंत. ज्या भावाला ताईने आईच्या मायेने सांभाळला तो भाऊ. ताई त्याला नाही विसरली. त्याची आठवण जागृत ठेवण्यासाठी 'गजानन'चं वसंत झालं. 'वसंत पुरुषोत्तम काळे.'

पुण्याला भाड्याच्या घरात काळे कुटुंब राहात होते. अण्णा नोकरीच्या निमित्ताने बाहेरगावी असत. कालांतराने ते मुंबईत स्थायिक झाले. महिन्याच्या अंतराने ते पुण्याला येत. मुलं अण्णांची आतुरतेने वाट बघत असत. दारात टांगा उभा राहिलेला बघितला आणि अण्णांची काळी टोपी दिसली की मुलं धावत जात. हातातल्या सामानाची विभागणी करून अण्णा मुलांच्या हातात पिशव्या देत. स्थिरस्थावर झाल्यावर अण्णा खाऊचं वाटप करीत. कधी खाऊ असे, कधी कपडा, ताईसाठी साडी. ज्या घरात लहानपणी बापू राहात त्या घरमालकिणीची एक आत्याच्या वयाची मुलगी होती. आत्या सांगत होती, त्या लहान वयात वसंताने अण्णांना सांगितलं होतं, की 'अण्णा, पुढल्या खेपेला तुम्ही आमच्यासाठी काही आणू नका. त्या ताईसाठी काहीतरी आणा.' आत्या सांगता सांगता पुढे असंही म्हणाली, 'स्वाती, खरं तर हे मला सुचायला हवं होतं, कारण आम्ही एका वयाच्या होतो, एकत्र खेळत होतो; पण मला नाही सुचलं, ते वसंताला सुचलं आणि त्याने अण्णांना तिच्यासाठी खाऊ आणायला भाग पाडलं. वसंता, कायम असाच विचार करायचा गं! अगदी लहानपणापासून!'

सिंधू आणि वसंत भावे स्कूलमध्ये शिकायला होते. भावे स्कूलमधले श्री. चिंचोरे मास्तर म्हणजे बापूंचं दैवत. शेवटपर्यंत बापू चिंचोरे मास्तरांना विसरले नाहीत. हल्ली हल्लीच चिंचोरे मास्तरांचे चिरंजीव माझ्याकडेही येऊन गेले. असं होतंच. एखादेच शिक्षक त्यांच्यातल्या शिकवण्याच्या हातोटीमुळे किंवा इतर काही गुणांमुळे कायमचे लक्षात राहतात. एक

आदर्श म्हणून. माझ्याही लक्षात आहेत अशाच एक माझ्या बाई. डेरेबाई. इयत्ता आठवी. बालमोहन विद्यामंदिर. डेरेबाईंचा तास चालू होता. त्या भूगोल शिकवत होत्या. मी त्यावेळेला डेस्कखाली मांडीवर गोष्टीचं पुस्तक ठेवून वाचण्यात मग्न होते. काहीतरी झालंय वर्गात, हे कळायला मला वेळ लागला. शेजारी रोहिणी बसली होती. तिला मी 'काय झालं?' म्हणून विचारलं.

तिने कपाळावर हात मारला. तास संपल्यावर तिने मला सांगितलं, की डेरेबाईंना मी पुस्तक वाचत्ये हे कळलं, त्यांनी मला हाकही मारली; पण तरी ते मला कळलं नाही. माझं लक्षच नव्हतं. शेवटी त्या म्हणाल्या, 'असू दे. वाचू दे तिला. मी आत्ता तिला जर ओरडले तर ती ते पुस्तकही वाचू शकणार नाही आणि तिचं मन पुस्तकात असल्यामुळे मी काय शिकवते हे तिच्यापर्यंत पोहोचणार नाही.' मी खजील झाले आणि धावतच स्टाफ रूमपाशी गेले. डेरेबाईंची क्षमा मागितली. डेरबाईंचं स्वत:चं वाचन खूप होतं. खास करून इंग्रजी साहित्याचं. वर्षाच्या पहिल्या तासाला आणि दिवाळी सुटीनंतरच्या पहिल्या तासाला आम्हाला त्या गोष्ट सांगतच सांगत. अतिशय ओघवती वाणी आणि ऐकणाऱ्याला खिळवून ठेवण्याची कला अवगत होती त्यांना. त्या 'बाई न वाटता आदरणीय मैत्रीण' वाटायच्या. म्हणूनच अगदी टारगट मुलगासुद्धा त्यांच्या तासाला चिडीचूप असायचा. बापूंना जे चिंचोरे मास्तरांबद्दल वाटायचं तसं मला डेरेबाईंबद्दल वाटतं.

आत्या सांगते, बापू आठ-दहा वर्षांचे होते, तेव्हापासून त्यांना हार्मोनियम वाजवता येत होतं. कुणीही न शिकवता. शाळेच्या गॅदरिंगमध्ये बापूंचं हार्मोनियम वादन व्हायचं. पण ते इतके लहान होते की हार्मोनियममुळे दिसायचे नाहीत. शिपाई त्यांना उचलून स्टुलावर बसवायचा. फ्लूटही ते अशीच वाजवू लागले. आपली आपणच. अण्णांनी त्यांना एक लहान फ्लूट आणली होती. 'ज्ञानेश्वर' सिनेमा आला १९३९ साली. त्यावेळी बापू होते सात वर्षांचे. त्या ज्ञानेश्वर

सिनेमातलं 'मंगल दिन आला' हे गाणं ते फ्लूटवर वाजवायचे. श्री. मोहन नगरकरांनी त्यांना प्रथम संधी दिली आकाशवाणीवर फ्लूटवर गाणं वाजवण्याची, तेव्हा ते दहा वर्षांचे होते. म्हणजे स्वरज्ञान उपजतच होतं. म्हणूनच म्हटलं, ते खूप काही होऊ शकले असते वादक.... गायक.... पण ते आर्किटेक्ट झाले. हाही त्यांच्यातला उपजत गुणाचा नमुना त्यांनी लहानपणी ताई-अण्णांना दाखवला होताच. दिवाळीला अंगणात ते किल्ला करायचे. शिवाजी, मावळे, लुटुपुटीची लढाई, मशाली सर्व काही त्या किल्ल्यावर असायचं. लहानपणी किल्ला बांधला आणि मोठेपणी आजही सांगू, दाखवू शकेन अशा इमारती बांधल्या. कूपर, के.ई.एम., सायन, भाभा हॉस्पिटल, बिर्ला क्रीडा केंद्र आणि दीनानाथ नाट्य मंदिरसुद्धा.

नाट्यमंदिर आणि नाटकांचा ऋणानुबंध त्यांच्या लहानपणापासूनचा. शाळेत नाटकांतून कामं केली आणि बक्षिसंही मिळवली. तो काळ बालगंधर्वांचा! अण्णा स्वत:च नेपथ्यकार होते, त्यामुळे इतर बऱ्याच घरांतून नाटक-सिनेमे बघायला लहान मुलांना परवानगी नसायची, ती मात्र बापूंना मिळायची. अण्णांना नाटकाचे पास मिळायचे. ताई-अण्णा, आत्या, बापूंना समजावून ठेवायचे. विचारायचे, 'आम्ही नाटकाला जाऊ ना? तुम्ही दोघं नीट राहाल ना?' दोघंही मोठ्ठा होकार द्यायचे. मग अण्णा-ताई नाटकाला जायला निघायचे. फाटकापाशी टांगा येऊन थांबायचा. टांगा बघितला रे बघितला की लहानगा वसंत भोकाड पसरायचा. शेवटी वसंत टांग्यात आणि आत्या घरात. बापूंनी नाटकांत स्त्रीपार्टही केला आणि 'विठ्ठल तो आला आला' या नाटकात ते 'विठ्ठल' झाले.

अण्णांनी मेहनत खूप केली पण त्यांना त्या मेहनतीचा मोबदला मात्र मिळाला नाही. श्री. व्ही. शांतारामजींकडे अण्णा पगारी काम करायला लागले ते साल असेल साधारणपणे १९४५. दादरला मेहता इस्टेट, म्हणजे छबिलदास शाळेच्या गल्लीच्या सुरुवातीची चाळ. तिथे तिसऱ्या मजल्यावर अण्णा राहात होते. बापूंनी मॅट्रिक केलं आणि ते अण्णांच्या सोबतीला व पुढील शिक्षणासाठी मुंबईत आले. बापू मॅट्रिकला असताना एका परंपरेची सुरुवात झाली. फायनल एक्झॅम.

एका दिवशी दोन पेपर्स. अकरा ते दोन आणि अडीच ते साडेपाच. पहिला पेपर झाला. आत्या बापूंसाठी जेवणाचा डबा घेऊन सेंटरवर पोहोचली. पण तोपर्यंत बातमी मिळाली होती, की अडीच वाजता ज्या विषयचा पेपर होता तो फुटलाय. त्यामुळे नातेवाइकांना शाळेत जायला

बंदी आणि विद्यार्थ्यांना बाहेर यायला बंदी केली गेली. पेपर फुटायचं ते पहिलं वर्ष होतं आणि त्या वर्षापासून आजतागायत पेपर फुटण्याची परंपरा चालू आहे. चुकलं, आता पेपर फुटत नाहीत; तर कॅश देऊन विकत घेतले जातात. एवढ्या वर्षांत एवढी प्रगती तरी हवीच ना?

बापूंनी मुंबईत जे. जे स्कूल ऑफ आर्ट्समध्ये आर्किटेक्चरला प्रवेश घेतला. अण्णांची दोन-दोन घरं सांभाळताना कसरत होत होती. शिकता शिकता सहज काही व्यवसाय करावा म्हणून बापूंनी दारोदार जाऊन साड्या विकायला प्रारंभ केला. त्यावेळचे आणि नंतरही कायम राहिले असे बापूंचे मित्र श्री. रघुवीर दाते. रघुवीर काका, श्रेष्ठ कलाकार श्री. केशवराव दाते ह्यांचे सुपुत्र! आणि रघुवीरकाकांची पत्नी सौ. निर्मलाकाकू असा बापूंचा परिवार झाला. मेहता इस्टेटमध्ये तिसऱ्या मजल्यावरचं शेवटचं घर श्री. पंडित यांचं. त्यांचे हार्मोनियम आणि व्हायोलिन शिकवायचे क्लासेस होते. संगीतकार श्री. प्रभाकर पंडित. ह्यांच्याच सख्ख्या नात्यातले. बापूंचं शास्त्रोक्त व्हायोलिनचं शिक्षण थोडं थोडं सुरू झालं. त्याच दरम्यान ते लिखाणही करू लागले होते. हे सर्व करत असतानाच बापूंनी १९४८ मध्ये त्यांच्या चित्रांचं प्रदर्शन भरवलं आणि त्या काळात त्यांचं एक चित्र चाळीस रुपयांत विकलं गेलं. त्यांनी

लगेचच ताईसाठी एक साडी, आत्यासाठी दोन स्टीलच्या वाट्या आणि अण्णांसाठी रुमाल विकत घेतले. त्यांची ती पहिली कमाई होती. वय वर्षं सोळा. स्वकमाईचा आनंद त्यांनी स्वत:साठी एक आणाही न ठेवता घरातल्यांसाठी खर्च केला. ते वय आणि नंतरचं वय. काहीही फरक नाही. 'कर्मचारी' पुस्तकाला राज्य सरकारचं प्रथम पारितोषिक मिळालं. रोख रुपये पंचवीस हजार. जसे ते पंचवीस हजार मिळाले त्याच पावली ते सोनाराच्या दुकानात गेले आणि आईसाठी पहिला सोन्याचा दागिना घेतला. तेव्हाही त्यांनी स्वत:साठी एक रुपयाही खर्च केला नाही. बापूंची ही दानत फक्त स्वत:च्या कुटुंबापुरती मर्यादित नव्हती. अनेकांनी त्याचा अनुभव घेतला आहे.

'श्रमसाफल्य' विकल्यानंतर ताईला मुंबईत राहायला यायचंच नव्हतं. दुसरा एकच पर्याय होता तो म्हणजे आत्याकडे चिंचवडला राहाणं. चिंचवडला आत्याचा बंगला आहे; पण ताईला त्या बंगल्यातही राहायचं नव्हतं. तिला स्वातंत्र्य हवं होतं आणि तिच्या पद्धतीने जगायचं होतं. म्हणून मग आत्याच्या बंगल्यावर एक मजला चढवला. श्रमसाफल्य विकून आलेल्या पैशातून. तिला वेगळा संसार थाटून दिला. अगदी फ्रिज, वॉशिंग मशीनसकट. काही वर्षं गेली आणि एक दिवस चिंचवडहून फोन आला. बापूंना तातडीने बोलावलं गेलं. ते गेले. आत्या आणि तिच्या कुटुंबीयांना, शिवाय ताईलाही प्रश्न पडला होता, की वरच्या घराचं ताईनंतर काय करायचं? मालकी हक्क कुणाचा? बापूंनी क्षणाचाही विलंब न करता आत्याला वरचं घर भाऊबीज म्हणून देऊन टाकलं. वारसाहक्क वगैरे विचार न करता. अगदी सहजतेनं. जसं कुणा मित्राला आवडलं म्हणून साधं बॉलपेन देऊन टाकावं तसं आणि शांतपणे चिंचवडहून परतले. त्याहूनही महत्त्वाचं म्हणजे त्यांनी कधीही ह्या गोष्टीचा साधा उल्लेखही आयुष्यात केला नाही.

बापूंच्या मनाचं मोठेपण मला प्रकर्षानं जाणवतं, जेव्हा इस्टेटीवरून भावाभावांत भांडणं होताना बघते आणि ह्याहीपेक्षा अजून एका गोष्टीची तितकीच प्रकर्षाने जाणीव होते, ती ही की, आईही बापूंएवढीच मोठ्या मनाची होती. ज्या रात्री ते चिंचवडहून परतून आले आणि त्यांनी आईला घडलेला प्रसंग सांगितला तेव्हा आईने बापूंच्या निर्णयाला,

दिलदारीला साथ दिली. तिने बापूंना 'तुम्ही असं का केलंत?' एवढा साधासा प्रश्नही विचारला नाही.

खरं तर त्या काळात आम्हाला मोठ्या घराची गरज होती. एकच बेडरूम पुरेशी नव्हती. पाहुणे, येणं-जाणं वाढलं होतं. बापूंची लोकप्रियता वाढत होती म्हणूनही ही ये-जा वाढली होती. बापूंना साहित्य सहवासमध्येच चार खोल्यांचा ब्लॉक मिळू शकत होता, पण ११ झपुर्झाचं कर्ज संपलं नव्हतं. ताई जर आमच्याकडे राहायला आली असती तर चिंचवडमध्ये आत्याला बंगल्यावर घर बांधावं लागलं नसतं आणि ते पैसे ह्या ब्लॉकमध्ये घालता आले असते; पण असं नाही घडलं; चिंचवडचं ताईचं घर बापू भाऊबीजेच्या रूपानं आत्याला देऊन आले आणि माझ्या मोठ्या मनाच्या आईने बापूंना त्यांच्या या निर्णयाला साथ दिली.

ह्या सर्व परिस्थितीचं वैषम्य बापूंना, मला, दादाला वाटलं ते फक्त एकदाच. आईच्या आजारपणात! जर ती एक जास्तीची बेडरूम आमच्या जवळ असती तर खूप सारे प्रश्न सुटले असते. नियतीची किंवा नशिबाची कमाल असते. बापूंना नंतर एक जास्तीची बेडरूम मिळालीही, पण केव्हा? आई गेल्यानंतर! साहित्य सहवासमधल्या प्रत्येक बिल्डिंगला एक बेडरूम जास्तीची बांधून दिली गेली. बापू म्हणाले, 'स्वाती, सुहास, आता ह्या जास्तीच्या खोलीचं मी काय करू? वसुंधरा असताना त्या बेडरूमची गरज होती आणि आता मात्र मला नको असतानाही ही बेडरूम मला मिळते, काय करू? काय करू?'

बापूंचं हे दुःख मला पाहवत नसे. ते केविलवाणे झाले होते, रडत होते. 'वसुंधरा रोज स्वप्नात येते गं' असं सांगत होते. 'ही बेडरूम गरज होती तेव्हा का नाही मिळाली?' असं विचारत होते.
उत्तरे नव्हतीच काही. त्यांना तरी उत्तरांची अपेक्षा होती का? तो त्यांचा 'टाहो' होता. बस. पण ह्या गोष्टींचा उल्लेखही त्यांनी कुठे केला नाही. अगदी आत्याकडेसुद्धा नाही.
ते देत राहिले.

कार्यक्रमाच्या मिळकतीतून काही वाटा ते बाजूला ठेवत. पुरेसे पैसे साठले असं जेव्हा त्यांना वाटलं किंवा त्यांनी जो काही संकल्प केला

होता तो पूर्ण झाला, तेव्हा त्यांनी रोख एक लाख रुपये कॅन्सर सोसायटीला दिले. कुठलाही गाजावाजा न करता. त्यांनी या दानाची 'बातमी' होऊ दिली नाही.

बापूंना १९८९ मध्ये फाय फाउंडेशनचं बक्षीस मिळालं. रुपये पस्तीस हजार. मानचिन्ह आणि मानपत्र. त्यावेळेला घरी स्वयंपाक करायला आणि आईला सांभाळायला शारदा म्हणून एक गरीब मुलगी होती. तिला राहायला घर नव्हतं. लहान वयात लग्न झालेलं, सासू त्रास द्यायची. ते पस्तीस हजार त्यांनी तसेच्या तसे शारदाला घरासाठी दिले.

मुग्धा चिटणीस आठवते? गोड मुलगी. बापूंची शिष्या होती. कथाकथनाचे धडे तिने बापूंकडून घेतले; पण मुळातच 'सांगण्याची कला' तिच्यात होती. लहान वयातच तिला कॅन्सर झाला. अनेकांनी तिच्या उपायाकरता काही ना काही मदत केली. बापूंनी त्यांच्या कार्यक्रमाचं उत्पन्न दिलं.

या सर्वांपेक्षा मला भावलेलं असं अजून एक उदाहरण आहे. नागपूरला त्यांचा कार्यक्रम होता. समोरच एक अपंग मुलगा बसला होता. बापूंना नेमकं त्यावेळी काय वाटलं माहीत नाही, पण त्या मुलाला व्हिलचेअरकरता त्यांनी त्या कार्यक्रमाचं सर्व मानधन देऊन टाकलं. हे मला बापूंनी सांगितलं का? नाही. स्मिता मावशींना हे माहीत होतं. तेव्हा त्या ह्या कार्यक्रमाला हजर होत्या आणि स्मितामावशींनी मला हे केव्हा सांगावं? आत्ता. जेव्हा त्यांना 'मी बापूंना शब्दचित्रित करते आहे' हे समजलं तेव्हा! हे प्रसंग तर मला समजलेले; पण असे अजून कित्येक असतील, ज्यांची माझ्याजवळ नोंद नाही.

आणि दानत असेल पण ऐपत नसेल तर काय उपयोग? ही ऐपत त्यांना दिली कथाकथनाने! नोकरी, लिखाण आणि कार्यक्रम असा तिहेरी उपक्रम! पण मुळात कथाकथन करावं असं त्यांना वाटलं कसं? श्रीमती शांताबाई शेळक्यांनी एकदा त्यांची एक कथा एका छोट्याशा कार्यक्रमात सांगितली. बापूंना वाटलं, त्या सांगू शकतात तर आपण का नाही? प्रयत्न करायला काय हरकत आहे?

आत्या, तिचे यजमान श्री. टिळक, अजितदादा, अनिलदादा, अभय ही

मुलं, मी, दादा, आई, बापू आम्ही सर्व मिळून सिंहगडावर गेलो होतो. मी असेन पाच-सहा वर्षांची. गडावर अजून काही माणसं होती. ओळखी झाल्या. गप्पा रंगात आल्या आणि बोलता बोलता बापूंनी कथा सांगायला सुरुवात केली. 'करंजी' गोष्ट सांगून संपली आणि टाळ्यांचा कडकडाट झाला. मला वाटतं ते त्यांचं पहिलं कथाकथन असावं. नंतर दिवाळीच्या पाडव्याला आकाशवाणीवर ग. दि. माडगूळकर, व्यंकटेश माडगूळकर ह्यांच्या समवेत बापूंनी कथाकथन केलं. त्यावेळेला त्यांना पहिलं मानधन मिळालं. पहिलं पुस्तक आलं 'लोंबकळणारी माणसं'. संपादक होते श्री. वसंतकुमार सराफ.

कथाकथन बापूंना जमलं. नुसतं जमलं नाही तर त्यात ते बादशहाच झाले. कुठलीही गोष्ट असू दे. कधीही सांगू देत. बापू त्यातल्या पात्रांची नावं कधी विसरले नाहीत. तीस-चाळीस गोष्टी तरी बापू सांगत असतच. कुठल्याही गोष्टीची फर्माईश येवो, बापू तयार! पण एक गंमत होती. गोष्टीतल्या पात्रांची नावं जरी ते कधी विसरले नाहीत, तरी पण प्रत्यक्षात भेटलेल्या व्यक्तींची नावं त्यांच्या कधीही लक्षात राहिली नाहीत. अगदी गाढ ओळख झाली तरच त्या व्यक्तीचं नाव त्यांच्या लक्षात राहायचं आणि समोरच्या व्यक्तीने 'ओळखलं का?' असं विचारलं की बापू म्हणायचे, 'चेहरा कुठेतरी बघितल्यासारखा वाटतोय, तो ओळखीचा वाटतोय, पण नाव...' चेहऱ्यांची आणि नावांची सरमिसळ अगदी हमखास; पण कथाकथन म्हटलं की हे आड येत नसे.

ही स्मरणशक्ती त्यांच्यापर्यंत पोहोचली ती ताईमार्फत. नुसती अक्षर-ओळख असणाऱ्या ताईची स्मरणशक्ती अफाट होती. तिला कधी विचारलं की, 'ताई अमुक तमुक कधी आले होते गं?' जरा विचार करून ती सांगायची 'त्या दिवशी ना एकादशी होती श्रावणातली. शके...' ती एखादा साधासा प्रसंग इत्थंभूत रंगवून हातवारे करून सांगायची. बापूंचं कथाकथनाचं श्रेय ताईकडे जातं आणि पर्यायाने त्यांच्याकडे सुद्धा. कारण लहानवयात त्यांनी त्यांच्याही नकळत ताईचं निरीक्षण केलं असणार. सहजी आत्मसातही केलं असणार. नव्हे केलंच, म्हणूनच कथाकथन अगदी सहजी साध्य झालं.

बापूंचं कथाकथन यशस्वी झालं, कारण मुळात कथालेखन सुरेख होतं. रसिकांना ते आवडलं. पण कधी कधी त्यांना कवी व्हावसं वाटायचं. एखादी कल्पना, भावना कवी काव्यगायनातून तीन-चार कडव्यांत पूर्णतेने मांडतात तसं. ते नेहमी म्हणायचे, 'एक कल्पना, घटना, भावना कवी अठरा-वीस ओळींतून मांडतात आणि त्यांना काय सांगायचं आहे, ते रसिकांपर्यंत पोहोचतंही!' बापू तसे छोटेसे कवी होतेही.

आत्या सांगत होती, 'तुला आपलं माजघर आठवतं ना? तर माजघरात आम्ही सगळे दुपारच्या वेळी बसलो होतो. बाबीमावशी आली होती काही दिवस राहायला. गप्पा चालल्या होत्या. मावशी म्हणजे तुला सांगते स्वाती, तडक-फडकच. बोलता बोलता विषय आला लग्नावर. झालं! बाबी लागली बोलायला. म्हणाली, 'घटस्फोटाचा कायदा पास होऊ देत. पहिला फॉर्म मी भरेन! आणि लग्न! हं... सारखी त्या नवऱ्याची स्तुती. पाय धुवा. नमस्कार करा. हाताला हात लावा... वर उखाणा घ्या. तोही मुलीनेच घेतला पाहिजे. त्यात नवऱ्याची स्तुती आणि नवरी म्हणे मी दासी. तो नवरा स्तुतीला पात्र नसेल, तरीही. हे चूक आहे. नवरा जसा, उखाणा तसा.' कुणी तरी विचारलं, 'म्हणजे कसा?' बाबीमावशी म्हणाली, 'म्हणजे असा...'

*शालीत शाली*
*काश्मिरी शाली*
*राव आहेत*
*बाहेरख्याली.*

सगळे हसलो आम्ही. वसंता म्हणाला, 'मी पण सांगतो!' पण तो होता वयाने जेमतेम आठ वर्षांचा. त्याचं कुणी ऐकेना. पण तो सारखाच 'सांगतो सांगतो' करत राहिला. ताई म्हणाली, 'सांग.' वसंताला हुरूप आला. म्हणाला, 'आत्ताच तयार केलाय मी उखाणा. सांगू?' 'सांग रे...'

*'टेबलावर ठेवला आहे*
*लेखणी आणि बोरू*

*राव आहेत घरात वाघ*
*बाहेर मोरू.'*

बापूंचं एक अखंड काव्य. 'वाट पाहणारे दार.' ह्या काव्याने ते कवी झाले. पण ते काव्य कल्पनेतून अवतरलेलं नाही तर वेदनेतून साकारलं. 'वाट पाहणारे दार' आईसाठी होतं. आई-बापूंचं लग्न झालं आणि आईची भूमिका 'वाट बघणारी' अशी झाली. चाळीत असल्यापासून ते ११ झपूर्झापर्यंत. अण्णा, बापू, दादा, आणि मी. आम्ही फिरतीवर आणि ती सदैव घरात भोज्यासारखी. नोकरी करणारी बायको बापूंना नको होती आणि आईचा पिंड नोकरी करणाऱ्यांपैकी नव्हता. ती गृहिणी होती आणि गृहिणीच राहिली.

अण्णा, बापूंचं वास्तव्य मुंबईत आणि ताई-आत्या पुण्यात. ताईला मुंबई कधीच आवडली नाही. अण्णा-बापू खानावळीत जेवायचे. त्यावेळी अण्णांचं वय असेल साठीपुढेच! त्या वयातही अण्णांचं अथक काम चालू असे. ह्या वयात त्यांनी खानावळीतलं अन्न जेवावं ह्याचं बापूंना अतिशय दु:ख होई. त्यांना सहचारिणी हवी होती ती घराची व त्याहीपेक्षा अण्णांची काळजी घेईल अशी. निर्मलाकाकूंनी त्यावेळेला आईचं स्थळ बापूंना सुचवलं. मालती निगुडकर. मालती आणि निर्मला मैत्रिणी होत्या. दादरची विसावा हॉटेलची गल्ली, छाया हॉटेलवरची कान्हेरे बिल्डिंग. त्या चाळीत निगुडकर खानदान राहात असे. दादा म्हणजे आईचे वडील. अतिशय कडक. त्याकाळातले इंग्रजी आणि संस्कृतचे डिसिल्वा शाळेतले शिक्षक. आजी साधी सरळ. 'कुंकू' सिनेमात शांता आपटे जशी घडीची लाकडी पेटी वापरते, फणी, तेल, कंगवा, कुंकू ठेवायला, तशी पेटी आजीजवळ होती. मला आठवते. त्यात बाकी काही नव्हतं. होतं ते फक्त कुंकू आणि मेणाची डबी. ती पेटी उघडून आरसा कलता ठेवून किती तरी वेळ आजी मेण लावत बसायची कपाळावर. एकदा ते नीट लागलंय असं वाटलं की, लाल कुंकू मधल्या बोटावर घ्यायची आणि त्या मेणावर चिटकवायची. गोल गोल फिरवत राहायची. ते गोल, मोठ्ठं गोल हं, नाही लागलं की पुसायची. पुन्हा मग मेणापासून सुरुवात. चालू राहायचा हाच कार्यक्रम बराच वेळ. ह्या दोन वस्तू सोडल्या तर एवढी मोठी लाकडी पेटी रिकामीच असायची.

तशी गरिबीच होती. आठ मुलं आणि कमवणारे एकटे दादा. पाच मुली, तीन मुलं. एवढी मुलं पण ह्यात कुणाला काही गैर वाटत नसे. आजूबाजूची घरटी अशीच तर होती. एक वाटी वरणात तांब्याभर पाणी घालून आजी आमटी करायची. पण त्या आमटी नामक पाण्याला इतकी चव असायची की आजीकडे गेल्यावर वाट्या भरभरून मी आणि दादा आमटी नुसती प्यायचो. आईच्या मोठ्या बहिणींची लग्न झाली होती. निर्मलाकाकूंनी आईचं नाव सांगितल्यावर बापू साड्यांचं गाठोडं घेऊन गेले निगुडकरांकडे. तिच्या घरची परिस्थिती साडी विकत घेण्यासारखी नाही हे बापूंना माहीत होतं. तरी ते साड्या ठेवून जायचे. दोन-चार दिवसांनी परत घ्यायला जायचे. हे असं किती काळ चालू होतं, माहीत नाही. तेव्हा आई पंडित व्यासांकडे गाणं शिकायला जायची. बापूही जायला लागले. चांगली ओळख झाली. साड्या ठेवण्याचा-आणण्याचा सिलसिला चालू होताच. आईचं लग्न ठरलं. ते गृहस्थ वकील होते. मग मात्र बापूंनी धावपळ केली. मालतीला वसंत आवडला होता, पण ते घरात सांगण्याची हिम्मत तिच्यात नव्हती. दादा कडक आणि मोठा भाऊ अनंत दादांपुढे एक पाऊल. शेवटी बापूंनी हिय्या केला आणि ते दादांशी जाऊन बोलले, पण नकार मिळण्याचीच भीती जास्त होती. कारण मालतीचं नुसतंच लग्न ठरलं नव्हतं तर

दरम्यान पत्रिका छापून आल्या होत्या. लग्नाचा हॉलही ठरवला गेला होता. नवरामुलगा वकील होता आणि बापू अद्याप शिकत होते, मग नोकरीचा प्रश्नच उद्‌भवत नव्हता. पण बापूंचे ग्रह चांगले असावेत. त्या विरोधी परिस्थितीतही बापूंचं आणि मालतीचं लग्न झालं आणि मालती 'वसुंधरा' नावाने वसंताची झाली– २६ जून १९५५ ला.

आईची सगळी भावंडं बापूंची घरची झाली. जावईपणाचा तोरा त्यांनी कधी मिरवला नाही. आईचे तीन भाऊ म्हणजे तीन तऱ्हा! मोठा अनंतमामा, मधला माधवमामा आणि शेंडेफळ केशवमामा. त्यांच्या स्वभावानुसार बापू त्यांना अनुक्रमे 'रेझर', 'गिझर', 'फ्रिझर' म्हणत.

हे तिघे खरोखरच तसेच होते. अनंतमामा सर्वांत मोठा असल्यामुळे त्याच्यावर संपूर्ण कुटुंबाची जबाबदारी होती. तीन बहिणींची लग्नं, धाकट्या दोन भावंडांचं शिक्षण आणि आईवडील. दोन बहिणी लग्न होऊन सासरी गेल्या होत्या म्हणून थोडी जबाबदारी कमी झाली होती इतकंच. ह्या सर्व भावंडांना सांभाळायचं, वाढवायचं, वळण लावायचं ते ओरडून-धोपटूनच. त्यामुळे तो दबाव घालणारा असा होता. कुणी चुकलं की त्याची वेळ भरलीच! म्हणून तो 'रेझर' (बिनपाण्याने...)
मधला माधवमामा. हा मामा म्हणजे 'गिझर'. सतत तापलेला. मला ह्याच्या संदर्भातली एक गंमत आठवते. मामाचा मुलगा मकरंद. वय वर्षं असेल चार-पाच. मामा पूजा करत होता. स्तोत्रं म्हणणं चालू होतं आणि त्याच वेळेला मकरंद तिथे गेला आणि त्याने पूजेतली पळी उचलली.
मामाचं स्तोत्रं चालू होतं,
'ऋतं वच्मि सत्यं वच्मि
अव त्वं...
ए भडव्या, ठेव खाली ठेव.
मां अव वक्तारं..'
मकरंदही वस्ताद आणि उस्ताद... त्याने भोकाड पसरलं आणि रडता रडताच 'भ ऽ ऽ ड ऽऽ व्या... भैं...' असा सूर लावला.
तिसरा केशवमामा. कुणीही काहीही बोलो हा शांत; पण ह्या शांततेत डांबरटपणा होता. तो स्वत:वर ह्या बोलण्याचा कसलाही परिणाम करून घ्यायचा नाही. म्हणून हा 'फ्रिझर'.

तिघांच्या तीन तऱ्हा. केशवमामा भयंकर विनोदी, नकला करणारा, हसवणारा आणि घरातला शेंडेफळ म्हणून आमच्या सर्वांचा लाडकाही.

लग्न झाल्यानंतर बापूंना काही महिन्यांनी नोकरी लागली– १९५६ मार्चच्या दरम्यान. मुंबई म्युनसिपल कॉर्पोरेशनमध्ये आर्किटेक्ट म्हणून. ते म्हणायचे त्याप्रमाणे त्यांना इथेच अनेक माणसं भेटली. त्यांचं निरीक्षण होत गेलं आणि त्यातून एकेक कथानक उमलत गेलं. कधी आधी गोष्ट लिहिली गेली आणि गोष्टीतल्या पात्रांना अनुसरून तशी माणसं भेटत गेली. त्यांच्या कथांमधली पात्रं अवतीभवती सहजी कुणालाही भेटू शकतील अशी होती आणि म्हणूनच त्या कथा वास्तववादी झाल्या. त्याच कारणास्तव लोकप्रियही झाल्या.

चाळीतलं जीवनही सर्वसाधारणच होतं. आजूबाजूची बिऱ्हाडं आणि चाळीची म्हणून जी काही संस्कृती असते तशी. 'घर हरवलेली माणसं' ह्या कथासंग्रहाच्या प्रस्तावनेत बापूंनी असेच चाळीत घडणारे प्रसंग सांगितले आहेत. ह्या अशा अनेक वेगवेगळ्या प्रसंगांनी त्यांना कायमच व्यथित केलंय. विचार करायला भाग पाडलंय. त्यांचं लिखाण रोजच्या जीवनाशी निगडित आहे. बापूंना सगळ्यांनीच 'मध्यमवर्गीयांचा लेखक' म्हणून संबोधलं. पण बापूंना अशा तऱ्हेच्या वर्गवारीचं काही वाटत नसे.

बापूंचा आईबद्दलचा विश्वास आईने खोटा पडू दिला नाही. ती उत्तम गृहिणी होती. तिच्या हाताला चव होती. आणि मुख्य म्हणजे तिने ताईला जिंकलं

होतं. ताईसारख्या सासूला जिंकणं हे सोपं काम नव्हतं. ताईला तिच्या स्वयंपाकघरात कुणी आलेलं आवडायचं नाही. दुपारच्या जेवणानंतर ताई जरा वामकुक्षी घ्यायची ती स्वयंपाकघराला कुलूप लावूनच. स्वच्छता आणि सारखी स्वच्छताच. तिला तिचा स्वयंपाक होईपर्यंत कुणी शिवलेलं आवडायचं नाही. सिग्नलला एखादं कळकट असं भिकाऱ्याचं पोर आपल्याला हात लावून भीक मागतं तेव्हा आपल्याला कसं वाटतं? तसं ताईला घरातल्या घरात, घरातल्या माणसांबद्दल व्हायचं. चुकून

स्वयंपाकघरात कुणी गेलंच तर 'ए... दूर हो. दूर हो.' असं ती फटकारून म्हणायची. लहानपण गोठ्यात गेलं. तिथल्या त्या वासाची, अस्वच्छतेची तिडीक तिच्या मनात कायम राहिली होती. त्याचा परिणाम होता तो सारा. ती स्वत:च दिवसांतून वीस-पंचवीस वेळा साबणाने हात धुवायची. स्वच्छतेची परिसीमा झालेली होती. दूध, तूप, दही ठेवायच्या लाकडी जाळीच्या कपाटाला कडी आणि वरून अडसर लावलेला असायचा. ते कपाट म्हणजे तिचा जीव की प्राण! आई ताईच्या मर्जीस उतरली. कुणाही दुसऱ्याच्या हातचा म्हणजे अगदी स्वत:च्या मुलीच्या हातचाही चहा न पिणारी ताई सुनेच्या हातचं संपूर्ण जेवण जेवायची. आता, आज जर ह्या गोष्टींवर विचार करायला गेलं तर वाटतं, 'त्यात काय मोठं?' पण त्यात मोठं होतं. कारण त्या वेळच्या सासवा, आजच्या काळातल्या सासवांसारख्या नव्हत्या. आता सासू-सुनांमध्ये खूप मैत्रीचं नातं दिसतं. तुलनात्मक विचार करायला गेलं तर नक्कीच आजकालच्या मुलींना 'सासू' या संस्थेचा जाच पूर्वीसारखा राहिलेला नाही.

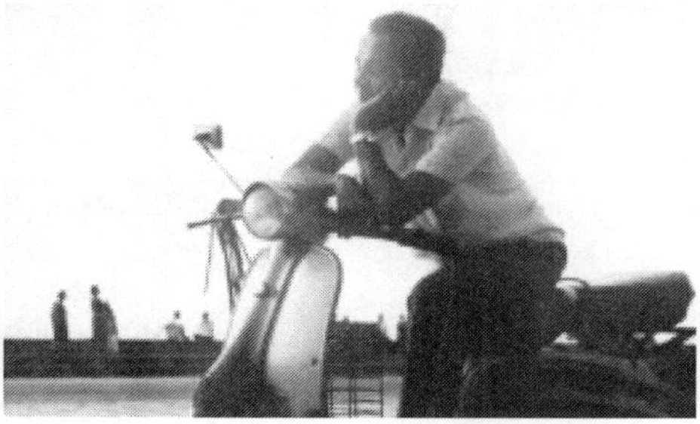

चाळीतलं आयुष्य आईकरता नवीन नव्हतं. कान्हेरे बिल्डिंगमधून मेहता इस्टेटमध्ये राहायला लागली एवढाच लग्नानंतर झालेला इमारतींचा बदल. मेहता इस्टेटमधून कान्हेरे बिल्डिंगची मागची बाजू दिसायची. आईच्या माहेरचं स्वयंपाकघर दिसायचं. त्या घरातल्या कुणाला बोलवायचं असलं, की आई जेव्हा ऊन मेहता इस्टेटमधल्या गॅलरीत यायचं तेव्हा बऱ्यापैकी मोठा आरसा उन्हात धरून कवडसा पाडायची. तो कवडसा पडायचा कान्हेरे बिल्डिंगमधल्या आईच्या माहेरच्या स्वयंपाकघरातल्या डब्यांवर. कवडशामुळे डबे चकाकायचे. मग त्या

घरातलं कुणी तरी मागच्या गॅलरीत यायचं. खाणाखुणा हातवारे करून निरोप दिले-घेतले जायचे. त्या काळात फोन नव्हतेच आणि चुकून कुणाकडे असलाच तर ते श्रीमंतांचं घर.

फोन ही तेव्हा चैन होती. आणि आजच्या काळात शाळेतल्या मुलांकडेसुद्धा मोबाईल दिसतात. त्यातही चढाओढ. साधा मोबाईल, कॅमेरा असलेला मोबाईल वगैरे आणि त्या कॅमेऱ्याचे दुष्परिणाम रोज पेपरांतून छापून येतच आहेत. बापू म्हणायचे, 'मॅन बिहाइंड द मशिन इज मोअर इंपॉर्टंट!' मिळालेल्या ज्ञानाचा, मशिनच्या शोधाचा आपण सदुपयोग करतो का? 'झिंटू' गोष्टीत त्यांनी हा विचार मांडला. पण वाईट वाटतं ते हेच की, तो फक्त विचारच राहिला. त्या विचारांना कृतीची जोड मिळाली असती तर मोबाईल कॅमेऱ्याचे दुरुपयोग झाले नसते.

'कॅमेरा' ही बापूंची मनस्वी आवड.

मला आठवतं, मी चार-पाच वर्षांची असताना बापूंनी बॉक्स कॅमेरा घेतला होता. तेव्हा ब्लॅक अँड व्हाईट फोटो असायचे. रंगीत फोटोंचा जमाना नव्हता. नावाजलेले फोटोग्राफर 'राजदत्त' बापूंचे मित्र होते. राजदत्तकाका म्हणजे ताठ माणूस. कडक इस्त्रीचा पांढरा शुभ्र शर्ट व पँट, बूट. मौसम कुठलाही असो, टाय असणारच. सुटीच्या दिवशी साधारणपणे सकाळी यायचे. तसेच एका सकाळी आले होते. बापूंचं कॅमेऱ्याशी काही तरी चालू होतं. आई पाणी भरत होती. तिसऱ्या मजल्यावर घर असल्यामुळे पाणी वर चढायचं नाही. पहिल्या मजल्यावरून पाणी भरून आणायला लागायचं. आईने शेवटची बादली आणली, पिंपात रिकामी केली. पिंप भरलं. आई पिंपात बादली रिकामी करत असताना क्लिक् असा आवाज आला. बापूंनी तिचा फोटो काढला होता; पण तिला ते समजलं नाही कारण ती पाठमोरी होती आणि पाण्याचा आवाज होत होता. नंतर तिने ओचा-पदर ठीकठाक केला आणि काकांशी बोलता बोलता ती केस विंचरू लागली. छान लांब, सुळसुळीत केस होते तिचे. केस बांधून झाले आणि बापूंनी तिचा पुन्हा फोटो काढला. रोल डेव्हलप करून आणल्यावर ते दोन्ही फोटो बापूंनी अल्बममध्ये लावले आणि त्यांच्या शैलीत फोटोला अनुसरून वाक्ये लिहिली, पाणी भरतानाच्या फोटोखाली, 'पाणी भरलं.....' आणि दुसऱ्या फोटोखाली 'सुटले....' ते फोटो इतके नॅचरल आले आहेत की पाणी भरपूर भरल्याची तिच्या चेहऱ्यावरची समाधानाची छटासुद्धा फोटोत अगदी स्पष्ट दिसत होती.

बापूंनी किती फाटो काढले? किती जणांचे काढले? याचा काही हिशोब नाही. पण कमाल ही नाही; कमाल ही आहे की, आजही १९४८ किंवा ४९ पासूनच्या सर्व निगेटिव्हज् त्यांनी जशाच्या तशा जपून ठेवलेल्या आहेत. प्रत्येक निगेटिव्हज् एका एन्व्हलपमध्ये आणि एन्व्हलपवर फोटो कोणाचे, कधी काढले याची नोंद आहे. घरातले चार मोठाले ड्रॉवर्स फक्त अशा निगेटिव्हज्च्या एन्व्हलपनी भरलेले आहेत. आवड एखाद्या कलेची, वस्तूची सर्वांनाच असते. पण ती आवड कोण, किती काळ तितक्याच आत्मीयतेने जतन करतं, ह्याला महत्त्व आहे, नाही का?

कष्ट बापूंचे आणि फळ मिळालं मला. आता ह्या वर्षी २६ जुलै, २००५. प्रलय झाला. घरात पाच फूट पाणी. सर्व वाहून गेलं, त्या पाच फुटाखालचं. वस्तू जमवता येतात पुन्हा. पण मुलांचं लहानपण वाहून गेलं ह्याचं दु:ख मोठं होतं. दोन्ही मुलांचे लहानपणाचे बापूंनी काढलेले फोटो. मृण्मयीचे नॅशनल अ‍ॅवॉर्ड घेतानाचे फोटो. फोटोंच्या साहाय्याने जपलेलं मुलांचं बालपण हरवलं. त्यानंतर हल्लीच वांद्र्याला गेले होते. सहज दादाशी विषय निघाला आणि 'खुल जा सिमसिम' करून दादाने निगेटिव्हज्‌चे ड्रॉवर्स उघडले. एक-एक कव्हर बघता बघता डोळे भरून येत होते आणि ते अव्याहत वाहातच राहिले. अचानक हातात एक कव्हर आलं, लिहिलं होतं, 'मृण्मयी... मैत्रेय... बारसं...' अनपेक्षितपणे मला पुन्हा माझ्या मुलांचं बालपण गवसल्याचा आनंद होत होता आणि त्याच वेळेस बापूंनी ह्या निगेटिव्हज् जपून ठेवण्यासाठी घेतलेले कष्ट दिसत होते. मला न मागता सर्वकाही मिळालं. मी श्रीमंत झाले. बापूंच्या फोटोग्राफीच्या आवडीमुळे आणि सर्व गोष्टी व्यवस्थित जपून ठेवण्याच्या शिस्तीमुळेच मला असे अमूल्य ठेवे मिळाले. त्यात आई, अण्णा, ताईसुद्धा होते.

आई जरा भिडस्त होती. तिला कॅमेऱ्याला कधी फेस करता आलं नाही. ती दिसायला छानच होती. सडपातळ, लांब केस, गोरी आणि रेखीव नाक. तरीही ती कॉन्शस व्हायची कॅमेऱ्यासमोर. तिच्या मनात ही भावना अगदी ठाम बसली होती की, तिचे फोटो चांगले येत नाहीत. ती शक्यतो टाळायचीच. त्यामुळे तिचे फोटो तसे कमीच आहेत. आणि जे नंतर जास्त प्रमाणात काढले गेले, ते तिच्या आजारपणात. तेव्हा तिने नकार द्यायचा प्रश्नच नव्हता, कारण तेव्हा ती सर्व जाणिवांच्या पलीकडे गेली होती. ब्रेनट्यूमर झालाय हे कळल्यावर आईपेक्षा बापूच जास्त खचले. ते हळवे होतेच. मी तेव्हा पाटण्याला राहात होते. बापूंचा फोन आला. अगदी रडवेला. आईच्या आजारपणाची बातमी सांगणारा.

मी दुसऱ्या दिवशी लगेचच मुंबईला यायला निघाले. मी रात्री दहा वाजता वांद्र्याला पोहोचले आणि लगेच बापू मला के. ई. एम. हॉस्पिटलमधल्या न्यूरोसर्जरी डिपार्टमेंटच्या वॉर्डात घेऊन गेले. आई तिथे ॲडमिट होती. ती शांत होती. हसतमुख होती. म्हणाली, 'चालायचंच.' तीच तिची नि माझी जाणीव असतानाची शेवटची भेट. ऑपरेशन दुसऱ्या दिवशी होतं; तत्पूर्वीच ती कोमात गेली. तिच्या तशाच अवस्थेत ऑपरेशन झालं. बारा तास ती ऑपरेशन टेबलावर आणि आम्ही सर्वजण बाहेर. डॉ. पंड्या मुख्य सर्जन आणि डॉ. देवल ॲनास्थेटिस्ट! कुणी तरी आईचे केस आणून दिले आणि ते नैसर्गिक

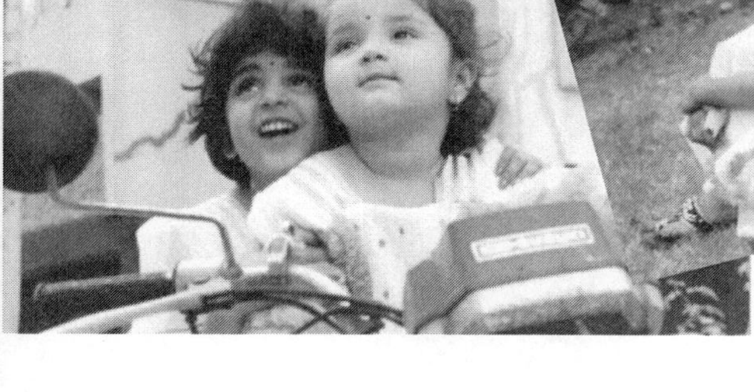

सोनेरी झाक असलेले केस बघून बापू कोसळलेच. तिला रात्री उशिराने ऑपरेशन थिएटरबाहेर आणण्यात आलं. ती कोमात होती. संपूर्ण टक्कल, कानाच्या वरच्या भागापासून दुसऱ्या कानापर्यंत टाके. नाकात नळी. चेहरा सुजलेला. सलाईन, कॅथेटर. बरेच दिवस ती अशाच स्थितीमध्ये होती.

थोडी मागे जाते.

अमिताभ बच्चन आईचा आणि माझा आवडीचा नट. त्यावरून बापूंनी 'अमिताभ' गोष्ट लिहिली. बापूंना हिंदी सिनेमे कधी आवडले नाहीत. तसेतर फारसे कुठलेच सिनेमे आवडले नाहीत. ज्या सिनेमांचं कथानक चांगलं असेल, असेच सिनेमे त्यांना आवडत. तरी मी आणि आई 'मजबूर' सिनेमा बघण्यासाठी त्यांच्या मागे लागलो. शेवटी ते 'हो' म्हणाले आणि आम्ही मजबूर बघितला. मी उतावीळ. थिएटरबाहेर पडायच्या अगोदरच बापूंना विचारलं, 'बापू, कसा वाटला सिनेमा?' बापू गप्प. आम्ही टॅक्सीत बसलो. आईने विचारलं, 'वपु, आवडला?'

'काय आवडायचा? ब्रेन ट्यूमर झाला म्हणून कुणी खुनाचा आरोप स्वत:वर घेतं काय?'

'अहो, त्याला त्याच्या घरच्यांची काळजी असते ना!'

'म्हणून हे असं?'

'मग बापू, काय करणार अमिताभ बिच्चारा?'

'ते जाऊ दे. अमिताभचं काम कसं आहे?'

'हां. ते मात्र छान आहे. पण कथानक वास्तववादी नको का?'

'त्याला तो काय करणार?'

'त्याने नकार द्यायचा होता मग!'

'हे काहीतरीच हं. कधीतरी लेखक बाजूला ठेवा तुमच्यातला आणि सामान्य माणूस म्हणून बघा.'

'आता मी काय चुकलो?'

'जाऊ दे ना आई. बापूंना अमिताभ आवडला ना? मग झालं तर!'

'मजबूर'मधल्या 'अमिताभ'चा आजार बघून आई म्हणाली, 'बाई गं! काय हा आजार? मला असा आजार झाला तर मी काय करेन गं?' नियती त्यावेळी कुठेतरी हसत असेल. ऑपरेशन झाल्यावर डॉक्टर आईचा ट्यूमर दाखवायला घेऊन आले होते. तेव्हा ते म्हणाले होते की एवढा मोठा, सिझन बॉलच्या आकाराएवढा ट्यूमर वाढायला कमीत कमी चौदा-पंधरा वर्षं लागतात. हा कालावधीचा हिशेब लावायला गेलं तर जेव्हा आम्ही 'मजबूर' बघत होतो तेव्हा आईच्या ट्यूमरची अगोदरच सुरुवात झालेली होती.

ऑपरेशन होऊन दहा दिवस झाले तरी आई कोमातून बाहेर आली नव्हती. पुण्याच्या स्मितामावशींनी एक आर्टिकल बापूंना वाचायला दिलं. त्यात होतं की, अशा पेशंट्सना संगीत ऐकवावं. त्यामुळे काहीवेळा कोमातून बाहेर येतात पेशंट्स! बापूंनी आर्टिकल वाचलं. लगेचच ते वॉकमन, हेडफोन घेऊन केईएममध्ये पोहोचले. आईला संगीताची आवड होती. बापूंनी आईला गाणी ऐकवायला सुरुवात केली. असं तीन-चार दिवस चाललं होतं आणि एका गाण्यावर आईच्या हाताची बोटं हलली. मिरॅकल होतं ते! आणि असं संगीत ऐकता ऐकता आई एक दिवस कोमातून बाहेर आली. ह्या संपूर्ण आजारपणाच्या दरम्यान बापूंनी आईचे असंख्य फोटो काढले. आई कोमातून बाहेर तर आली पण शब्द-ओळख विसरली. ती फक्त संगीत ओळखत होती. अगदी शेवटपर्यंत. पण माणसं, अन्न, शब्द, वस्तू हे सर्व हरवलं होतं. ब्लॉकमध्ये राहायला आलो– ११ झपूर्झा, साहित्य सहवासमध्ये १९७१ साली. तेव्हा कुठे प्रायव्हसी मिळाली. तेव्हा बापू सांगायचे, 'आता तुला

निदान रात्रीच्यावेळी गाऊन वगैरे घालायला हरकत नाही.' पण आईने साडी आणि खांद्यावर पांघरून घेतलेला पदर काही शेवटपर्यंत सोडला नाही. तीच आई, तिला आता आम्ही लुंगी-शर्ट, पेटिकोट-शर्ट काहीही घातलं तरी चालत होतं. अंडंही न खाणारी ती पण आता तिला नॉनव्हेज खाऊ घातलं तरी ती खात होती. ह्याही अवस्थेतले तिचे फोटो बापूंनी काढले. सहा-सात वर्षांच्या आजारपणातल्या कालावधीत तिला दोनदा पॅरलिसिस झाला. बेडसोर्स झाले. एकंदरीत नऊ ऑपरेशन्स झाली. ह्याही अवस्थेचे फोटो काढले गेले. आम्हाला त्यांचं आईच्या अशा विकलांग अवस्थेतले फोटो काढणं खटकत होतं, अजिबात आवडत नव्हतं. आमची नाराजी त्यांच्या लक्षात आल्यावर ते म्हणाले, 'अशी बघू नकोस. मी तिच्या प्रत्येक अवस्थेतले फोटो काढलेत. ते मी जपून ठेवणार आहे. जेव्हा ती बरी होईल तेव्हा मला तिला हे फाटो दाखवायचे आहेत. तिला दाखवेन आणि सांगेन, 'वसुंधरा, तू ह्या-ह्या अवस्थेत होतीस आणि ह्या अशा प्रत्येक वेदनेतून तू आता बाहेर पडली आहेस. तिला तिचं बरं होणं, माझ्यासाठी किती महत्त्वाचं होतं हे पटेल. मग हे सर्व फोटो फाडून फेकून देईन.'

बापूंवरती ते फोटो फाडून देण्याची वेळ मात्र आलीच नाही.
चार वर्षं बापूंनी आईला सांभाळलं. तिला नेचरकॉलचंही भान नव्हतं. बापूंनी बिनातक्रारच नव्हे तर अगदी समरसून तिची सेवा केली. तिचे दात घासणं, तिला अंघोळ घालणं, भरवणं, दिवसातून पाच-सहा वेळा तिचे कपडे बदलणं, धुणं सर्व सर्व केलं. कधीही म्हणाले नाहीत, 'मी थकलोय. मी कंटाळलोय.' एकच इच्छा होती त्यांची. 'वसुंधरेनं वसंतला ओळखावं.' पूर्वीसारखी 'वपु' म्हणून एकदा तरी हाक मारावी.

आता काही महिन्यांपूर्वी घर आवरताना आईचे आजारपणातले ते विद्रुप फोटो मी आणि दादाने फाडून तुकडे तुकडे करून फेकून दिले. निगेटिव्हज्‌सकट. आम्हाला आमच्या नजरेसमोर आईचं– 'पिंप भरलं.... सुटले.... ' हेच रूप अखंडपणे जतन करायचं आहे आणि लक्षात ठेवायचं आहे, ते ती कृतिशील असताना, हसत खेळत घर सांभाळतानाची आई. जशी ती चाळीतल्या दीड खोलीत होती...

ती दीड खोली म्हणजे साम्राज्य होतं. कमीत कमी जागेत जास्तीत जास्त सोयी करूनही घर मोकळं दिसायचं. पुढच्या गॅलरीत लाकडी बाकडं, दारातून आत आलं की दार आणि खिडकीच्या मध्ये उजव्या हाताला फोल्डिंग टेबल. ते टेबल कधी अभ्यासासाठी वापरलं जायचं, तर कधी पाहुणे आले की तेच टेबल टीपॉय व्हायचं, मग उजव्या भिंतीला लागून पलंग. पलंगावर बसलं असताना टेकलं की डोक्याचं तेल भिंतीला लागायचं. रंग खराब व्हायचा. एकदा अण्णांनी स्पंज घेतला. गोलाकार कापला. दोन-तीन रंग घेतले आणि सुंदर रंगसंगती करून स्पंज रंगात बुडवून त्याचे छाप भिंतीवर उमटवले. संध्याकाळपर्यंत भिंत सुरेख रंगांनी रंगली. कालांतराने तिथेही डाग पडले. अण्णांना कल्पना सुचली. त्यांनी भिंतीवर डोकं जिथे टेकलं जायचं तिथे वेगवेगळी पुस्तकं रंगवली. महाराष्ट्र टाईम्सची घडी अशी ठेवली की त्यातला 'महा'च दिसेल. तो 'महा' इतका हुबेहूब होता की, खरा पेपर ठेवला आहे असं प्रत्येकाला वाटायचं आणि भिंतीवर पुस्तकांची शोकेस तयार झाली. बापूंनी ह्या चित्राला वुडन फ्रेम बसवली. फक्त बॉर्डर!

येणारे-जाणारे सहज एखादं पुस्तक वाचायला मागत तेव्हा सांगावं लागे, ते पेंटिंग आहे. खोलीला मध्ये पडदा आणि पडद्यामागे उजव्या बाजूला कपाट. त्यालाही एक छोटंसं फोल्डिंग टेबल होतं– डेस्क. बापूंचं लिखाण त्या डेस्कवरच चाले. रात्री बापू मला पाठुंगळीवर घेत. गॅलरीत फेऱ्या मारता मारता शुभंकरोती, पाढे, रामरक्षा, भीमरूपी म्हणत. माझे श्लोक, पाढे असे पाठ झाले. शाळा लवकर असे सकाळची. मला अजिबात लवकर उठता यायचं नाही मग मी म्हणे, 'बापू मी उठते, पण

एकच मिठी शेवटची' मग त्या मिठीत सकाळ उजाडायची. आई शाळेची तयारी करून द्यायची.

'छबिलदास!' मी इयत्ता तिसरीत. निबंध लिहायचा होता– 'आवडता पक्षी'. मी पपीबद्दलच लिहिलं. पपी म्हणजे आमच्या शेजारी राहाणारा श्रीराम शेवडेकर ह्याचा पोपट. पण तो जास्त करून आमच्या घरी असायचा. तो पिंजऱ्यात राहायचा नाही. त्याला गरम गरम भात आणि घरचं तूप जेवायला लागायचं. त्याने कधी पेरू, मिरची असले पदार्थ खाल्ले नाहीत. बापूंची शिट्टी मारण्याची एक विशिष्ट पद्धत होती. रानडे रोडसारख्या गजबजलेल्या रस्त्यावर घर, तेही तिसऱ्या मजल्यावर. हाक मारून मारून माणूस थकेल पण ऐकू जाणार नाही घरातल्यांना. म्हणून ही शिट्टी. तशी शिट्टी बापू घरातल्या घरातही वाजवायचे. तो पपी ती शिट्टी ऐकून डुलत डुलत यायचा. हे सर्व वर्णन मी निबंधात केलं आणि मला मार्क मिळाले शून्य. मग बापूंनी काय करावं? बापूंनी पपीचे जेवतानाचे, चाळीत हिंडतानाचे फोटो काढले. मला बरोबर घेतलं आणि आम्ही

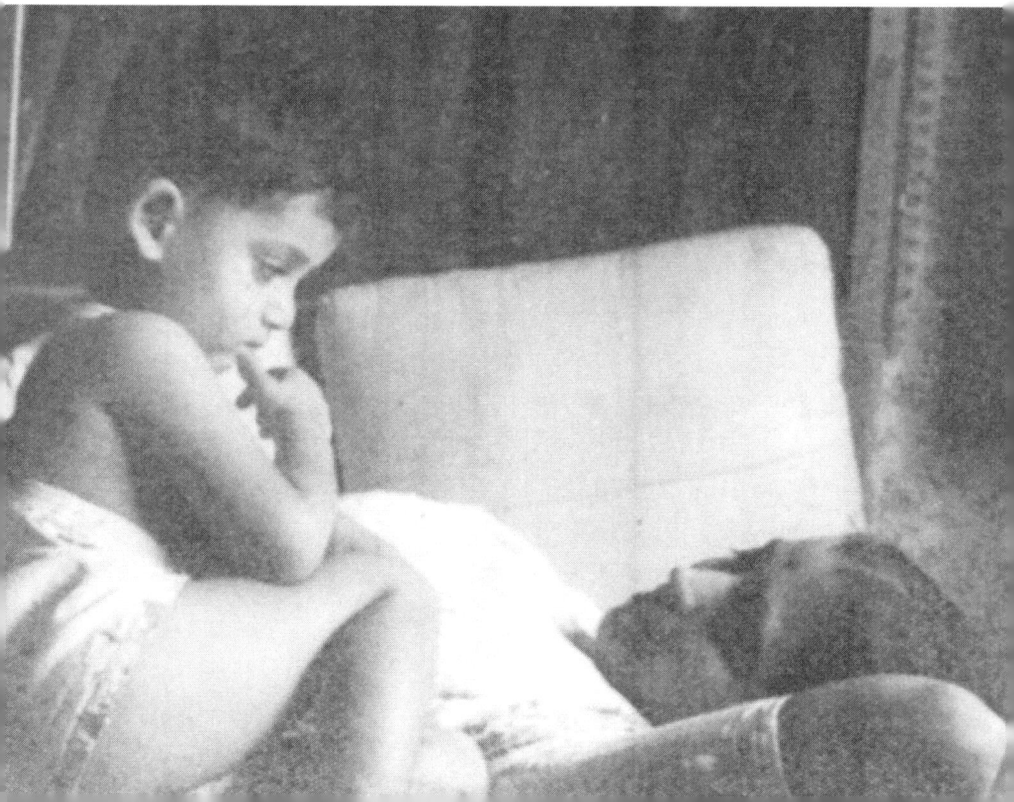

देवबाईंसमोर हजर झालो. बापू त्यांना म्हणाले, 'तुम्ही स्वातीला निबंधात शून्य मार्क दिलेत, पण तसा पोपट माझ्या शेजारीच राहतो. हे त्याचे फोटो. फोटो एवढ्यातच काढलेत. दाखवायला आणले त्यामागचा हेतू एकच आहे. स्वातीने काहीही खोटं लिहिलेलं नाही आणि कल्पनाविलास करता यावा इतकं तिचं वयही नाही. हा खटाटोप तुम्ही स्वातीला निबंधात मार्क द्यावेत म्हणूनही केलेला नाही. गैरसमज करून घेऊ नका.' मी बापूंचं बोट धरून शाळेतून तोऱ्यात बाहेर पडले.

चौथीत असताना मी एक मोठ्ठी चूक केली होती. आम्हाला 'वारूळ वारूळ, मुंग्यांचे वारूळ' अशी एक कविता होती. खूपच छान होती. मलाही वाटायला लागलं, आपणही अशीच कविता करावी. त्यावेळेस दादा 'रायगडाला जेव्हा जाग येते' ह्या नाटकात राजारामची भूमिका करत होता. त्या अगोदरच त्याला 'पस्तीस तेरा नव्वद' ह्या नाटकात बालकलाकाराचं बक्षीस मिळालं होतं. बापूंचे कार्यक्रमही चालू होते. मीच अशी होते की माझं कौतुक वगैरे व्हावं ह्या स्वरूपाचं माझ्यात काही नव्हतं. असूया असेल किंवा काहीही. मला माझंही कौतुक व्हायला हवं होतं. मी कविता केली. वारूळ मुंग्यांचं – ह्यातला मुंगी शब्द बदलला आणि आता आठवत नाही; पण तत्सम कुठल्यातरी कृमि-कीटकाचं नाव तिथे घातलं आणि वारूळ पुन्हा जसंच्या तसं तयार केलं. कविता वाचून दाखवली. सगळ्यांना आश्चर्य वाटलं. कौतुक वाटलं. शाबासकी मिळाली. त्यावेळेला माझा अभ्यास आई घ्यायची. ती खूप कडक होती. मी चुकले की मारायची नाही, हळूच चिमटे काढायची, तिची भीती वाटत होती की, आई ही पुस्तकातली 'वारूळ' कविता बघणार आणि माझं बिंग फुटणार! आणि नंतर तसंच झालं. आईने बापूंना सांगितलं. बापू खूप कष्टी झाले. त्यांनी मला जवळ घेतलं, 'स्वाती, पुन्हा कधीही असं करायचं नाही. तू हुशार आहेस. तू स्वतःच विचार करू शकतेस. तुला जमेल तसं तुझं तू लिखाण कर. साहित्याची चोरी फार वाईट....' मी इतकी खजील झाले होते, कधीही विसरले नाही. बापू रागावले नाहीत, ते खरंच नाहीच रागावू शकत.

साहित्याची चोरी फार वाईट म्हणणारे, त्याप्रमाणे मुलांना शिकवण देणारे बापू; पण त्यांच्याच साहित्याची चोरी झाली.

एके दिवशी श्री. सुधीर फडके, आपले बाबूजी घरी आले. बापूंना म्हणाले, 'आता तुमच्या सिनेमाची गाणी रेकॉर्ड करून आलो.' बापूंना कळेना. कुठला सिनेमा? काही दिवसांनी रघुवीरकाका आले. 'वसंता, मुंबईचा जावई नावाचा चित्रपट येतो आहे. कथा तुझीच आहे.' बापूंना काहीच माहीत नव्हतं. कोहिनूर थिएटरला चित्रपट झळकला. दिग्दर्शक, कथा-संवाद राम कदम. बापू व आई 'मुंबईचा जावई' बघून आले. बापूंच्या 'कुचंबणा' ह्या गोष्टीवर काढलेला चित्रपट. रघुवीरकाकांच्या सल्ल्यानुसार बापू फिल्म्स डिव्हिजनचे मेंबर झाले आणि त्यांनी मुंबईचा जावईची मूळ कथा स्वत:ची आहे, न्याय मिळावा म्हणून तक्रार केली. हे सर्व होईपर्यंत सिनेमा एकदम म्हणजे अगदी तुफान चालला होता.

बापूंचं नाव पोस्टरवर झळकायला दहा दिवस लागले. ह्या दरम्यान बापूंना झालेला मन:स्ताप आम्ही रोज बघत होतो.

तसं पाहिलं तर व्यवहार असा बापूंना कधी जमलाच नाही. मित्रत्वाच्या नात्याने आलेला श्री. आलुरकर ह्यांनी बापूंना मस्तपैकी गुंडाळलं. मित्र म्हणता म्हणता बापूंनी आलुरकरांना कथाकथनाच्या कॅसेटस् काढायला परवानगी दिली. सगळा भरवसा मैत्रीचा, प्रेमाचा, विश्वासाचा. कुठेही कागदोपत्री नोंद नाही. करारपत्रं नाही. एकट्या आलुरकराला दोष देऊन काय उपयोग? बापूच चुकले. त्यांनी अशा माणसावर विश्वास ठेवला. 'कॅसेट्स खपत नाहीत.' हे त्यांचं नेहमीचं उत्तर. 'महाराष्ट्र वॉच कंपनी' दादरची विख्यात कंपनी. बापूंनी ह्या दुकानात जाऊन फक्त चौकशी केली. रोजच्या तीस-चाळीस कॅसेट्स खपत होत्या. रसिकांचा प्रचंड प्रतिसाद होता. हे फक्त एका दुकानातलं रेकॉर्ड. इतर ठिकाणी किती खपत असतील? पण नाही दिले त्याचे पैसे आलुरकरने. फसवून घेण्याची परंपरा चालू राहिली. अण्णांनाही त्यांच्या कामाचा मोबदला ललितकलेच्या पेंढारकरांकडून मिळाला नाही आणि बापूंना आलुरकरकडून. पुढे काही कारण काढून आलुरकरने बापूंना नोटीस

पाठवली. नोटीस बघून बापू हबकले. राजन, माझे पती कायद्यातले तज्ज्ञ! त्यांनी ती नोटीस वाचली आणि म्हणाले, 'अजिबात लक्ष देऊ नका. तुम्हाला घाबरवण्यासाठी पाठवलीय' पण बापूंना चैन पडेना. कोर्टकचेऱ्या म्हटलं, की ते हडबडलेच. आलुरकर हे जाणून होता. नंतर ॲडव्होकेट केळकर हे पुण्यातच असतात, ते बापूंना भेटले. तेव्हा त्यांच्याकडून समजलं, 'जेव्हा हे नोटीस प्रकरण झालं, तेव्हा ते स्वत: आलुरकरच्या ऑफिसमध्ये होते. आलुरकर म्हणाला, 'वपु घाबरट आहेत. नोटीस पाठवून देऊ. टरकतीलच' आणि वपु खरंच घाबरले.

विश्वासातल्या मित्राला विनाकारण बापूंशी असं वागावंसं का वाटलं? ह्याला उत्तर नाही. मन:स्ताप देणारे असे बरेच प्रसंग घडले. बाहेरच्या लोकांनी दिलेला मन:स्ताप एकवेळ परवडला, पण घरच्यांनी दिलेला मन:स्ताप?

दादा फार खोडकर होता. जिद्दी आणि हट्टीही. पण तो मनाने सरळ आहे. आत एक, बाहेर एक असं त्याला कधी जमलं नाही. अगदी लहानपणापासून. लहानपणी तो झकास शिव्या शिकला होता. मित्रवर्गच तसा होता. एके दिवशी काय झालं कुणास ठाऊक, पण चिरंजीव भडकले होते. मस्तपैकी शिव्या देत होते. आईलाही तो आवरेना. घरचा अलिखित नियम होता की, दिवसभर ऑफिसमध्ये काय काय झालं हे बापू रोज संध्याकाळी ऑफिसमधून आले की आईला सांगत आणि घरात काय काय झालं ते आई बापूंना. त्या संध्याकाळी आई बापूंची वाटच बघत होती. बापू आले आणि आईने इत्थंभूत माहिती, म्हणजे दादाचे प्रताप बापूंना सांगितले. कधीही न चिडणारे बापू त्यादिवशी इतके चिडले की, त्यांनी दादाला हँगरने बडवलं. मी रडत होते. आई रडत होती. दादा रडून रडून झोपी गेला; पण झोपेतही तो मुसमुसत होता. बापू खूप अस्वस्थ होते. रात्री झोपेतच कण्हणाऱ्या दादाला जवळ घेऊन बापू त्याच्या वळांवर तेल लावत बसले होते– कितीतरी वेळ.

माझी एक नेहमीची तक्रार! मी नेहमी आई-बापूंना म्हणायची, 'तुम्ही सर्व कला दादाला दिल्यात. मला काहीच दिलं नाहीत.' माझी तक्रार योग्यच होती. बापूंप्रमाणेच दादाला अनेक गोष्टींत गती होती. तो चित्रं छान काढतो, त्याला हार्मोनियम, व्हायोलिन, फ्लूट, माऊथ ऑर्गन आणि थोडाफार तबला ही सगळी वाद्यं वाजवता येतात. तो गातोही छान. बॅडमिंटन उत्तम खेळतो. त्याचं अक्षर सुरेख. तो फोटो उत्तम काढतो. आणि जोक्स सांगण्याची कलाही त्याला उत्तम अवगत आहे. लहान वयातच स्कूटर, गाडी चालवायला लागला. त्याने नाटकांतून कामं केली. तो रॉबिनहुडमध्ये रॉबिनहूडचं काम करायचा. गोरागोमटा दादा त्यावेळी फार छान दिसे. चेहऱ्यावर निष्पाप भाव होते. बापूंच्या 'कुचंबणा' कथेवर राजश्री प्रॉडक्शनने 'पिया का घर' हा हिंदी सिनेमा काढला. त्यात त्याने जया भादुरी– अनिल धवनबरोबर काम केलं. अनिल धवनचा धाकटा भाऊ होता तो. अनेक क्षेत्रांत त्याला प्रावीण्य मिळवता आलं असतं.

पण मग कुठे बिनसलं?

आई-बापूंना त्याच्यातले हे गुण दिसले नसतील? असं तर शक्यच नाही. मला आठवतं, आई त्याच्या मागे लागायची. 'सुल्या गधड्या, अरे शीक. जा नेमानं शिकायला.' पण सुल्या आपला हसून उडवून लावायचा. श्री. जितेंद्र अभिषेकींकडे काही काळ तो जात असल्याचं आठवतं. तेव्हा श्री. करकरे आणि श्री. काळे त्यांचे पट्टशिष्य होते. पण पुढे? शून्य. मला वाटतं आई-बापूंनी आग्रह धरला नाही. बळजबरी केली नाही त्याच्यावर म्हणूनच दादानेही सर्व गोष्टी लाईटली घेतल्या. उपजत गुण असतील, पण सातत्य नसेल तर कालांतराने असंच म्हणावं लागतं, 'अमुक एक माणूस तमुक एक झाला असता....' पण ह्यात थोडा दोष आई-बापूंकडे जातो. मुलाला लहान असताना त्याच्यातले उपजत गुण समजत नाहीत. पण वडिलधाऱ्यांनी ते गुण ओळखून लहान वयापासूनच त्या मुलाला घडवायला पाहिजे. त्या गुणांना ठोस असा एक आकार द्यायला पाहिजे. थोडीशी दंडेलशाहीही हवी होती म्हणजे दादा आज गायक, वादक, खेळाडू, नट, फोटोग्राफर किंवा चित्रकार ह्यांतला काही ना काही झाला असता. जरा मोठं झाल्यावर दादाला स्वत:ची आवड कळली होती. जर तो आईबापूंना म्हणाला असता की 'मला अमुक एक शिकायचं आहेच', तर ते नाही म्हणाले असते का? शक्यच नाही. म्हणून दादाही दोषी. कारण आईबापूंना 'नकार' माहीतच नव्हता. दादाने त्याच्यातले हे सर्व गुण वाया घालवले.

माझ्याकडे ह्यांपैकी काहीच नव्हतं, नाही. बापू म्हणाले होते मला, 'आम्ही सर्व कला दादाला दिल्या, हा तुझा आरोप. पण उत्तम श्रोता व्हायचं तुझ्याच हातात आहे. श्रोता नसेल तर कलाकारांच्या कलांना जाणणार कोण? तू उत्तम श्रोता होऊ शकतेस. काय चांगलं, काय वाईट, ह्याचं मूल्यमापन करू शकतेस. आईसारखं!'

हे असं ह्या तऱ्हेचं प्रोत्साहन आणि दिलासा बापूंनी प्रत्येक वेळेस आम्हाला दिला. म्हणूनच असेल की आज मी माझ्या मुलांसाठी ह्याच तऱ्हेने विचार करू शकते आणि बापूंची भूमिका मी करते. माझ्यात काय आहे हे त्यांनीच मला दर्शवून दिलं, आणि बापू म्हणाले ते खरंच आहे. मी खरंच उत्तम श्रोता आहे.

आई स्वतः एक कलाकार होती. ती गायची छान. दादा जेव्हा 'रायगडाला जेव्हा जाग येते' ह्या दी गोवा हिंदु असोसिएशन सादरित नाटकात काम करत होता, तेव्हा ह्याच संस्थेचं दुसरं नाटक 'लेकुरे उदंड झाली' चालू होतं. त्यावेळेला आईला ह्या नाटकात काम करण्यासंबंधी

विचारणा झाली होती. ना अण्णांनी नकार दिला ना बापूंनी. नकार दिला आईनेच. आम्हा तिघांचे– बापू, दादा, आणि माझे प्रयोग चालू होते. दादाचं नाटक, माझं 'मला काही सांगायचंय' आणि बापूंचं कथाकथन. आईने म्हणूनच नकार दिला. ती आम्हा तिघांचं शेड्यूल सांभाळत राहिली. पण तिची 'आवड' मात्र कायम होती. ती छान गायची, वाचन करायची. शिवणकाम करायची आणि मार्मिक टीकाही करायची.

आई उत्तम टीकाकार होती. सर्वसाधारणपणे बापूंची गोष्ट लिहून झाली, की त्याचं जाहीर वाचन व्हायचं. आम्ही सर्व जण असायचोच पण कुणी पाहुणा आला असला तर तोही श्रोता व्हायचा. गोष्ट वाचून झाली की बापूंना प्रथम आईची प्रतिक्रिया हवी असायची. गोष्ट छान जमली असेल तर ती मनमोकळी दाद द्यायची. भट्टी जमली नसेल तर तसंही स्पष्ट सांगून टाकायची. काय खटकतंय ते ती नेमकेपणाने सांगू शकायची. बापूंना तिचं मत पटायचं. मग ती न आवडलेली गोष्ट घरातच राहायची. तिचं पुन्हा लिखाण व्हायचं नाही. सुधारणा करणं जमलं नाही बापूंना. एकदा एक लिहिलं की संपलं. एकटाकी लिखाण! कुठं खाडाखोड नाही, एकसारखं अक्षर. कागद कुठे दुमडलेला नाही. छापल्यासारखं! 'गोष्ट आवडली नाही' असं क्वचितच व्हायचं. बापूंच्या कुठल्याही लिखाणात स्त्री-पुरुष संबंधाबद्दल वर्णन आलं नाही. सुरुवातीच्या काळात अण्णा बापूंच्या लिखाणाचे समीक्षक असायचे. बापू सांगायचे ना, 'चुंबन' हा शब्द त्यांनी प्रथम त्यांच्या एका कथेत लिहिला तोही लेखनाला सुरुवात झाल्यापासून सात-आठ वर्षांनंतर. तेही तो शब्द त्या कथानकाची गरज वाटली म्हणून. आईचं कथेचं मूल्यमापन योग्य असायचं. पुढे तिने नाटकांची परीक्षणं लिहिली. मला वाटतं 'मेनका'मधून ती परीक्षणं प्रसिद्ध व्हायची. त्या परीक्षणांचं संकलन करून बापूंनी पुस्तक काढलं, 'दहाव्या रांगेतून'. तिच्या एका वाढदिवसाला तिला ते पुस्तक देऊन त्यांनी चकित केलं होतं. बापूंच्या स्वत:च्या पुस्तकांच्या रांगेत आईचं पुस्तक आलं, त्याचा बापूंना प्रचंड आनंद झाला.

एखादं नाटक बघून आल्यानंतर नाटकाबद्दलचं मत प्रथम घरात प्रकट व्हायचं. आई 'नटसम्राट' बघून आली होती. अस्वस्थ आणि फक्त अस्वस्थच होती तेव्हा ती. बापू ऑफिसमधून आले आणि तिने

नटसम्राटाची दुर्दशा कथन करायला सुरुवात केली. त्यादिवशी तिने बापूंजवळ एकच मागणं केलं.

'वपु, तुमच्या आधी जर मी मेले तर सुटले. पण जर तुम्ही माझ्याआधी गेलात तर एकच विनंती करते, घर माझ्या नावावर ठेवा. डोक्यावर जर हक्काचं छप्पर नसेल तर आयुष्य भरकटत राहील माझं, ह्या नटसम्राटासारखं.'

तिला दादाबद्दल, माझ्याबद्दल विश्वास नव्हता का? का नाटक इतकं प्रभावी होतं, की त्यापुढे विश्वास-अविश्वास हा प्रश्नच उद्‌भवत नव्हता? आईच्या ह्या अनिश्चितेतची घटना मला खूप काही शिकवून गेली. माझं स्वत:चं हक्काचं घर हवंच, हीच ती शिकवण आणि त्याही पुढे असंही ठरवलं की, ज्यांना असं घर नाही, त्यांच्यासाठी मी माझ्या क्षमतेनुसार निदान आठ-दहा घरं तरी उभारेन. त्याला कुणी वृद्धाश्रम म्हणोत तर कुणी नुसतंच आश्रम. पण मी सातत्याने ह्या प्रयत्नात आहे आणि खात्री आहे की माझी ही मनोकामना आईच्याच आशीर्वादाने पूर्ण होईल. आईला विश्वास-अविश्वासाचा प्रश्न भेडसावला नाही. हा प्रश्न निर्माण होण्याआधीच तिच्या जाणिवा लुप्त झाल्या आणि त्यानंतर ती स्वत:च लुप्त झाली.

'दहाव्या रांगेतून' आजही आई इथे पृथ्वीवर चालणारं नाटक बघत असेल का? माझ्याजवळ आता फक्त ह्या पुस्तकाचं मुखपृष्ठ तेवढं उरलं.

कॅसेट्‌सच्या बाबतीत फसवले गेलेले बापू; पुस्तकांच्या बाबतीत मात्र भाग्यवान ठरले. त्यांना जेवढे प्रकाशक भेटले, ते सर्व प्रकाशक व्यवहारी जगाच्या पलीकडे जाऊन मित्रत्वाच्या नात्याने राहिले. व्यवहारही चोख ठेवला. बापूंना फसवलं नाही. ठाण्याचे श्री. जोशी, चिं. वि. जोशी, निशिगंध प्रकाशन. जोशीकाका आणि काकू मला आजही आठवतात. जोशीकाकांच्या मृत्यूने बापू-आई खूपच अस्वस्थ होते बरेच दिवस, हेही आठवतं. मेनका प्रकाशनचे बेहरेकाका. फक्त लेखक-प्रकाशक एवढंच नातं नव्हतं त्या दोघांच्यात. मी आणि दादा कितीतरी वेळा त्यांच्याकडे राहायला गेलो होतो. स्वाती आणि वैशाली

ह्या दोन्ही मुली आणि आम्ही दोघं. घरात नुसता धुडगूस घालत असू. आईची आणि बेहेरे मावशींची चांगली मैत्री होती. इथेच लेखक श्री. पु. भा. भावे भेटले. त्यादिवशी बापूंचं एक नवीन पुस्तक बेहेरेकाकांनी प्रकाशित केलं होतं. बापूंनी ते पुस्तक श्री. भावे ह्यांना दिलं आणि वाकून नमस्कार केला. भाव्यांची पद्धत होती की, कुणी नमस्कार केला की ते एक रुपयाची नोट त्या व्यक्तीला देत. नमस्कार करताना बापूंना हे माहीत नव्हतं. भाव्यांनी एक रुपया दिला. बापूंनी तो आशीर्वाद मानला आणि त्या पुस्तकाच्या आतल्या पहिल्या पानावर चिटकवला. खाली भावे ह्यांची सही घेतली. ते पुस्तक अजूनही आहे.

मुंबईचे श्री. मुळे ह्यांचं 'राजा प्रकाशन'. ह्यांनीसुद्धा बापूंची पुस्तकं उत्तमरीत्या प्रकाशित केली. कोल्हापूरचे श्री अनिल मेहता– 'मेहता पब्लिशिंग हाऊस' ह्या सर्वांनी बापूंचे लाड केले. साधारणपणे नवीन पुस्तक किंवा आवृत्ती यायची असेल तर बापूंचा आग्रह असायचा ठरावीक दिवसाचा. कधी मॅटर उशिरा पोहोचायचं, प्रुफं वेळेवर तपासून व्हायची नाहीत. त्या दिवसांत कुरियर सेवा नव्हती. रजिस्टर्ड पोस्ट हा एकच दुवा होता. विलंब व्हायचा. पण ह्या सर्व प्रकाशकांनी 'बापूंचा दिवस' किंवा त्यांना हवी असलेली 'तारीख' सांभाळली. त्या त्या दिवशी पुस्तक तयार राहिलं. बापूंच्या पुस्तकांची बहुतांशी कव्हर्स बापू स्वतःच करायचे. काही पुस्तकांची कव्हर्स चित्रकार शि. द. फडणीस ह्यांनी केली आहेत. मुखपृष्ठ कसं असायला हवं, ह्या बाबतीतही बापू पर्टिक्युलर होते. पुस्तकाचा प्रकाशन सोहळा दिमाखात पार पडायचा. ह्या सर्व प्रकाशकांनी मायेपोटी बापूंच्या इच्छांना प्राधान्य दिलं आणि बापूंनीही त्यांना साथ दिली. पुस्तकांचा खप आहे की नाही, वाचकांना पुस्तक आवडतंय की नाही, ह्याचा आलेख मिळायचा
आयडियल बुक डेपोमध्ये.

आयडियल बुक डेपो! त्याचे मालक श्री नेरूरकरकाका ! मला माझ्या कळत्या वयापासूनचे काका आठवतात. ते आजही तसेच आहेत. अखंड धावपळ, सततची मेहनत. सकाळपासून संध्याकाळपर्यंत दुकानात ग्राहकांची गर्दी. कुठे कुठलं पुस्तक आहे, हे ते आजही सहजी सांगतात. मग ती अभ्यासाची पुस्तकं असोत किंवा वाङ्मयाची! सकाळी नऊ ते

रात्री नऊ. काकांची कमाल आहे. त्यात कुणी येतं-जातं. प्रकाशक येतात, लेखक येतात, कुठे काही कार्यक्रम आयोजित करायचा आहे संयोजक येतात. दादर मध्यवर्ती ठिकाण. काकांच्या दुकानाच्या मागल्या भागात मीटिंग्ज होतात. दरवर्षी काका आयडियलतर्फे कार्यक्रम सादर करतात. बापू हयात असेपर्यंत ह्या कार्यक्रमाची रूपरेषा काय असेल ते तेच ठरवत होते. बापूंशिवाय आयडियलचा एकही कार्यक्रम त्या वेळेस झाला नाही. बापू गेल्यानंतर आयडियलने बापूंसाठी एक कार्यक्रम केला. आजही दादा किंवा मी आयडियलमध्ये गेलो तर ज्युनियर नेरूरकर– मंदार स्वागत करतो आणि पुढच्या काउंटरवर असणारे नेरूरकरकाका दोन मिनिटं का होईना मागल्या दारी येऊन भेटतात, विचारतात, 'स्वाती, ठीक आहेस ना? बस बस...'

ही अशी एक-एक मोत्यासारखी माणसं बापूंनी जोडली आणि अशा मोत्यांचा सुरेखसा लांबच्या लांब 'सर' झाला. बापूंना व्यसनच होतं, माणसं जोडण्याचं. कितीतरी जणं त्या दीड खोलीच्या वपुंच्या साम्राज्यात अंधाऱ्या, तुटक्या जिन्यावरून तीन मजले चढून दाखल व्हायचे. बापू माणसं जोडायचे आणि आई त्यांना सांभाळायची. आईच्या कपाळावर एखादी जरी आडवी-उभी रेषा दिसली असती तर कोण कशाला आलं असतं? ह्या येणाऱ्यांत हृदयनाथ मंगेशकर, बाबूजी, रघुवीरकाका, राजदत्तकाका, डॉ. पालेकर, शंकर वैद्य, शांताबाई शेळके अशी किती नावं सांगू? मैफिल जमायची. दुर्गेशकाका म्हणून बापूंचे एक खूप छान मित्र होते. अगदी हॅंडसम व्यक्तिमत्त्व! उमेदीच्या वयातच दुर्गेशकाकांना मृत्यूने कवटाळलं. आई-बापूंसाठी तो मोठा शॉक होता. जे कुणी यायचे ते साधारणपणे रात्रीच. मागच्या दारी थाप पडायची. मग आईबापूंची धावपळ व्हायची. गाद्यांची आवराआवर व्हायची. आम्ही म्हणजे मी आणि दादा गाद्यांसकट पडद्याआड व्हायचो. एवढं करेपर्यंत गॅलरीला वळसा घालून पाहुणा पुढल्यादारी पोहोचायचा. अगदी आनंदाने आणि उत्साहाने स्वागत व्हायचं 'या ऽ ऽ ऽ' मग हास्यफुलं उधळली जायची. मग कधी कॉफीचा वास दरवळायचा तर कधी पिठलं-भात शिजायचा.

बापूंना नेहमी खंत वाटायची. तीन मजले चढून कुणी येतं आणि त्यांना आपण थंडगार पाणीही देऊ शकत नाही? फ्रिज ही चैनीची वस्तू होती

आणि खिशाला न परवडणारीसुद्धा. पण बापूंना वस्तूंच्या नाविन्याचं व्यसन होतं. त्या वेळेला मार्केटमध्ये एक बॉक्स आला होता, पत्र्याचाच. त्या बॉक्समध्ये खाली बर्फ ठेवायचा. चार आण्याला मोठ्ठी बर्फाची लादी मिळायची. त्यावर जाळी आणि जाळीवर बाटल्या ठेवायच्या. पाणी गार व्हायचं. हा बर्फ चार-पाच दिवस पुरायचा.

कुणी पाहुणा अवेळी यायचा. म्हणजे दुपारचा. चारच्या वगैरे सुमारास. आई नुकतंच सर्व आवरून जरा कुठे आरामात बसलेली असायची; पण तरीही पाहुण्याचं स्वागत व्हायचंच. मग माझी किंवा दादाची मागल्या दाराने पाठवणूक व्हायची. छबिलदास गल्लीतला बटाटेवडा आणण्यासाठी. मला आठवतं तेव्हा तो फेमस बटाटा वडा चार आणे प्लेट होता आणि आता तोच वडा बारा रुपये प्लेट झाला आहे. किंमत वाढली पण चव आणि आकारमान आजही तेच आहे.

चाळ म्हणजे आओ-जाओ घर तुम्हारा. शेजारी शहा राहायचे. शहाभाभीने खाकरे करायला घेतले की पूर्ण मजलाभर खाकऱ्यांचा खरपूस वास दरवळायचा. की मी लगेच बसायचीच त्यांच्या चुलीसमोर थाळी घेऊन. त्यांना फक्त एकच मुलगा होता. मुलगी अशी मीच होते मजल्यावर. त्यामुळे माझे लाड व्हायचे आणि उजव्या हाताला एक घर सोडून 'क' राहायची. कमलाबाई नाव. लहान असल्यानं मला एवढं संपूर्ण नाव म्हणता यायचं नाही. ती 'क' म्हणजे माझी-दादाची दुसरी आईच. मला आठवत नाही 'क' कशी देवाघरी गेली ते. म्हणजे आजारी होती की नेमकं काय झालं ते? मी बरीच लहान होते तेव्हा. पण तिचा चेहरा आजही आठवतो. ती गेली, पण तिचं प्रेम मात्र बराच काळ पुढेही आमची सोबत करत होतं. 'क' गेली तसाच एक दिवस पपीही गेला. आम्हा सर्वांपेक्षा दादाचं दुःखं मोठं. कारण दोघांची खूपच गट्टी होती. पपी गेला त्यादिवशी संपूर्ण दिवस दादा काही जेवला नाही. श्रीरामदादापेक्षाही जास्त तो रडत राहिला. लहान वयातले मी पाहिलेले हे दोन मृत्यू. हे मृत्यू साधे-सरळ होते. खरं तर मला तेव्हा 'मरण' हे असं फार कळतही नव्हतं. पण तरीही एक प्रसंग मात्र अगदी ठामपणे आजही आठवतो.
गोळीबार म्हणजे काय? माणसाला गोळी लागली म्हणजे नक्की काय होतं? १९६८-१९६९ साल असेल. शिवसेना एकदम बहरली होती.

अन्यायाविरुद्ध लढा सुरू झाला होता. रानडे रोड हा कायमच चहलपहल असलेला रस्ता. काही ना काही चालू असायचंच. शिवसेनेचा बंद होता की असंच काही तरी. पोलिसांची व्हॅन दर अर्ध्या तासाने गस्त घालायची. सोडावॉटरच्या बाटल्यांचा वर्षाव, धावपळ, आरडाओरडा, लाठीचार्ज आणि अचानक गोळीबार! एक माणूस डोळ्यांसमोर गोळी लागून तडफडत असलेला. रक्ताचं थारोळं आणि त्याक्षणी त्याच्या तोंडातून येणारा फेस! आईने पटकन मला आत नेलं; पण मनावर उमटलेलं ते चित्रं अजूनही विसरता आलं नाही.

रानडे रोड म्हणजे आवाज आणि फक्त आवाजच. आवाज त्या अनेक आवाजांमधला मला एक आजही स्पष्ट ऐकू येतो... एक फेरीवाला. बांबूची नळकांडी साधारपणपणे आठएक इंचाची. त्या नळकांडीची एक बाजू फ्लूटसारखी आणि दुसऱ्या बाजूमध्ये एक छोटी टोकाला स्पंज लावलेली नळकांडी. ती नळकांडी वर-खाली करायची आणि फ्लूटसारख्या आकारातून फुंकर मारायची. कर्कश आवाज यायचा. तो फेरीवाला सतत असा आवाज करत फेऱ्या मारत राहायचा. आम्हाला तिसऱ्या मजल्यावरही हा आवाज नकोसा व्हायचा, तर पहिल्या मजल्यावरच्या लोकांना किती त्रास होत असेल? माणसांची सहनशक्ती अफाटच. सर्व तऱ्हेचे चित्रविचित्र आवाज सतत कानांवर आदळत असतानाही घराघरातून रेडिओ चालू असायचा. कुणीही ह्या आवाजाविरुद्ध आवाज उठवत नसे. आवाजावरून मला एक अप्रतिम

डॉक्युमेंटरी आठवते. अमेरिकेतील 'स्टॅच्यू ऑफ लिबर्टी' प्रथम पडद्यावर दिसतो. रस्त्यावरून वाहनांची जा-ये चालू आहे. असंख्य गाड्या, माणसं, गर्दी, सतत पळणारी रहदारी आणि वाहनांचे आवाज. आवाजच आवाज, हॉर्नस्! स्टॅच्यू अस्वस्थ होतो, खाली रस्त्यावर नजर टाकतो. ती पळापळ, गोंगाट बघवत नाही, ऐकवत नाही. शेवटी न राहवून जोरात तो स्टॅच्यू किंचाळतो – 'सायलेन्स' आणि तत्क्षणी सर्व गप्पगार होऊन जाते. रहदारी चालू राहते. पण आवाज येत नाहीत. शांततेने सर्व परिसर वावरतोय असं दिसतं. 'स्टॅच्यू ऑफ लिबर्टी' समाधान पावतो आणि पुन्हा स्वत:च्या मूळ पोझमधे समाधानाने उभा राहतो.

इथेही असं होईल का? शक्य नाही. एकदा बापूंना त्या शिट्टीचा कर्कश आवाज खूपच बेचैन करत होता. रात्रीचे साडेआठ तरी नक्कीच वाजून गेले होते. बापू तीन मजले उतरून खाली गेले. मी, आई, दादा गॅलरीत उभे होतो. बापू त्या शिट्टीवाल्या फेरीवाल्याजवळ गेले. पाचएक मिनिटं त्याच्याशी बोलले आणि घरी आले. बापूंनी त्याला काय सांगितलं हे आठवत नाही; पण आठवतं ते इतकंच, की त्यानंतर रात्री आठनंतर ती शिट्टी पुन्हा कधीही ऐकायला आली नाही. तो फेरीवाला रस्त्यावर असायचा पण शिट्टी वाजवत हिंडायचा नाही.

ह्या रानडे रोडवर तशी मजा खूप होती. फक्त आपले डोळे आणि मन उघडं हवं. ह्याच रानडे रोडवर दही हंडीची मजाही होती. नागपंचमीला अनेक नाग टोपल्यांतून बाहेर डोकावायचे. आई आणि मी नागांना दूध-लाह्या देऊन जायचो. समोरच मार्केट असल्यामुळे भाज्या आणण्याचं काम जास्त करून दादाकडे असायचं. आईचं कोथिंबिरीवर भारी प्रेम. तिला प्रत्येक पदार्थात हिरवी गा ऽ ऽ ऽ र कोथिंबिर लागायची. पुढे जेव्हा आम्ही वांद्र्याला राहायला गेलो, तेव्हा तिला मनासारखी भाजी मिळेनाशी झाली. ती दादरपर्यंत भाज्या घ्यायला जायची; पण कुणीही जर दादरवरून वांद्र्याला येणारं असेल तर आई त्या व्यक्तीला हमखास 'हिरवीगा ऽ ऽ ऽर कोथिंबीर आण' असं सांगायचीच आणि कधीही तिला नुसतं 'कोथिंबीर' असं म्हणताच नाही आलं. ती नेहमी 'हिरवीगा ऽ ऽ ऽर' असंच म्हणायची.

'लेखक' म्हणून शांतता, 'लेखक' म्हणून एक स्वतंत्र खोली असं बापूंसाठी काहीही नव्हतं. रानडे रोड रात्री बारानंतर विसावायचा. आम्हा मुलांचा आरडाओरडा, शेजारच्या घरांत लागलेला मोठ्या आवाजातला रेडिओ; बापूंच्या लिखाणात ह्या गोष्टींनी कधी व्यत्यय आला नाही.

एकदा घरात बापूंनी त्यांच्या कथांचं वाचन केलं. श्री. प्रभाकर पणशीकर त्या वाचनाला आले होते. त्यांना कथानक खूप आवडलं. पुढे-मागे केव्हातरी ते त्याचं नाट्यरूपांतर करणार होते. त्याच दरम्यान त्यांनी मला बघितलं आणि बापूंना 'मी नाटकात काम करेन का?' म्हणून विचारलं. काहीही सायास न करायला लागता मला नाटकात काम मिळालं. 'मला काही सांगायचंय' हे ते नाटक. दारव्हेकरकाका डायरेक्टर. स्वत: पणशीकरकाका, सुधाताई करमरकर आणि काशिनाथ घाणेकर अशी पात्ररचना होती. मला कोण आनंद झाला. कारण दादासारखं माझंही कौतुक व्हायला लागलं.

तेव्हा वार्षिक परीक्षा चालू होती. पुण्याला संध्याकाळी साडेसातचा प्रयोग होता. त्यादिवशी दोन पेपर्स होते. पहिल्या आणि दुसऱ्या पेपरमध्ये

मधली सुटी होती. काहीही गरज नसताना मी आणि माझी मैत्रीण सहज शाळेबाहेर चक्कर मारायला गेलो. तेव्हा मी चौथीत होते. चक्कर मारून आलो आणि शाळेतून घंटेचा आवाज आला. मी घाबरले. आता मला पेपर लिहायला मिळणार नाही. आई ओरडेल, शाळेबाहेर का गेले, म्हणून चिडेल. मी धावत सुटले आणि रॉंग साईडने एक सायकल आली. पुढलं काही आठवत नाही. शुद्धीत आले, तेव्हा आई जवळ होती. युनिफॉर्म रक्ताने भरला होता. मला अत्यंत वेदना होत होत्या. मग हॉस्पिटल, ऑपरेशन. डावा डोळा थोडक्यात वाचला होता. भुवईच्या वरच्या भागातून सायकलच्या चाकाचा पत्रा खोलवर रुतला होता आणि माझ्या भुवईच्या वरच्या भागात टाके घालण्यात आले. डावा डोळा भरपूर सुजला होता. चेहरा काळानिळा झाला होता.

रात्री नाटकाचा पुण्याला प्रयोग होता. बाकीचे कलाकार सकाळीच गेले होते. माझ्या परीक्षेमुळे मी नंतर जाणार होते. बापू डेक्कन एक्सप्रेसने फर्स्टक्लासने मला पुण्याला घेऊन गेले. ॲनॅस्थेशिया पूर्णपणे उतरला नव्हता. झोप येत होती. दुखायलाही लागलं होतं. प्रयोग हाऊसफुल्ल होता. रद्द करता येणं शक्य नव्हतं आणि अलकनंदाशिवाय नाटक

होणार नव्हतं. काशिनाथकाकांनी माझा ताबा घेतला. बापूंना गायब व्हायला सांगितलं. माझी एंट्री येईपर्यंत ते विंगमध्ये नाचत होते, गात होते, टिवल्याबावल्या करत होते, बॅकस्टेज आर्टिस्टला चिडवत होते, मारत होते, ते सतत मला जागं ठेवत होते, हसवत होते. माझी एंट्री आली, तसं त्यांनी मला सरळ स्टेजवर ढकलून दिलं. मी माझे डायलॉग्ज म्हणाले. संपूर्ण नाटक संपेपर्यंत हे असं चाललं होतं. प्रयोग संपला आणि मला बापू दिसले. धावत स्टेजवर आले. मला मिठीत घेतलं आणि हमसाहमशी रडायला लागले. ह्या नाटकात काम करणारी वैजूदीदी माझी अखंड काळजी घेत होती. छान होते ते सर्व दिवस.

मला आठवतंय, ह्या पुण्याच्या प्रयोगानंतर तीन की चार दिवसांनंतर रवींद्र नाट्यमंदिरात प्रयोग होता. मी अजूनही तशीच होते. डावा डोळा मिटलेला. डोळ्यांखाली काळं-निळं झालेलं आणि गाल, डोळा सर्व सुजलेलं. प्रयोग पार पडला. मी बापूंबरोबर रवींद्रच्या बाहेर उभी होते. जराशी त्यांच्या आडच. त्या प्रयोगाला उषाकिरण आल्या होत्या. त्या बापूंशी गप्पा मारत होत्या. त्या म्हणाल्या, ‘नाटक छानच आहे. त्या लहान मुलीनेही छान काम केलंय; पण केवढा तो तिला मेकअप केलाय! एकच तर वाक्य आहे की, ‘तिला जरा सांभाळून ने. आत्ता येताना पडली ती.’ ह्यासाठी एवढा मेकअप!’ बापूंच्या डोळ्यांत पाणी आलं. ते उषाताईंना म्हणाले, ‘तो मेकअप नाही. ती मुलगी खरंच पडली आणि म्हणून डॉक्टरांनी ते वाक्य स्क्रिप्टमध्ये ॲड केलंय. ती माझी मुलगी आहे,’ असं म्हणून त्यांच्याआड लपलेल्या मला त्यांनी पुढे केलं आणि उषाताईंना सर्व किस्सा सांगितला. पुढे ते म्हणाले, ‘डॉक्टरांनी तिला काम करायला परवानगी दिलेली नाही. चार दिवसांपूर्वी जेव्हा तिला मी ह्या कंडिशनमध्ये पुण्याला घेऊन गेलो, तेव्हा डॉक्टर मला म्हणाले, ‘तू बाप आहेस की कसाई?’ पण तुम्हाला माहिती आहे, ‘शो मस्ट गो ऑन!’ आणि बापूंना अजूनच भडभडून आलं. एका बापाच्या हृदयातली आई मला दिसली. ते आईचं काळीजच घेऊन आले होते. आई आजारी होती तेव्हा माझं पहिलं बाळंतपण झालं. अशा स्थितीत की, तेव्हा आईच्या आजारपणाची कल्पनाच आली नव्हती. ती विचित्र वागते, एवढंच कळत होतं. मी हॉस्पिटलमधे. पिटोसीन लावलेलं. ड्रिप थेंबाथेंबाने व्हेनमधून शरीरात पसरतंय आणि कळा वाढत जात

आहेत. आई घरी बसली होती, तेव्हा बापू माझ्याजवळ होते. आईची भूमिका साकारत होते. माझं लक्ष विचलित व्हावं म्हणून हॉस्पिटलच्या त्या खोलीत टेपरेकॉर्डर आणून ठेवला होता त्यांनी. छान छान गाणी ऐकवत होते. मला कळ आली की बाहेर जात होते आणि मी स्थिरावले की आत येऊन डोक्यावर थोपटत होते. मला मुलगी झाली असं कळल्याबरोबर बर्फीचा पुडा आणण्यासाठी गेले. येताना कॅमेरा घेऊन आले. एक तासही पूर्ण न झालेल्या मनूचे त्यांनी फोटो काढले. तेव्हा बापू इतकं मायेनं करत होते, की तो आनंद आणि आई जवळ नसल्याचं दुःखं

एकाच वेळेस डोळ्यांतून ओसंडायला लागलं.

मला बापूंचा अभिमान वाटतो. त्यांनी आम्हा मुलांच्या फायद्यासाठी कधीही कुठेही स्वतःच्या नावाचा उल्लेख केला नाही. वशिला लावला नाही; पण कुणा इतरांसाठी मात्र त्यांनी जरूर शब्द टाकला. त्यांनी शब्द टाकावा आणि कुणा गरजूचं काम व्हावं, एवढं नाव त्यांना मिळालं होतं. लेखनाबरोबर हे नाव त्यांना कथाकथनातून मिळालं. गणपती उत्सव! सार्वजनिक गणपती उत्सवात बापूंचं दहाही दिवस कुठे ना कुठे कथाकथन असायचं. रस्त्याच्या मधोमध स्टेज. वाहनं जातात-येतात, अशा ठिकाणी! रहदारी चालू, शेजारच्या दुसऱ्या सार्वजनिक गणेशोत्सव समितीचे त्याच वेळेला वेगळे कार्यक्रम लाऊडस्पीकरमधून ऐकू येत आहेत. बच्चे- कंपनी सर्वांत पुढे आणि त्यांची सततची बडबड, जा-ये, अशा वातावरणात बापू कथा सांगायचे. ती त्यांची सुरुवात होती कार्यक्रमांची. खूपसं नाव झालेलं नव्हतं, त्यामुळे अटी घालता येणं

शक्यही नव्हतं.

बापूंचा एक चांगला कार्यक्रम, त्या दरम्यानचा, मला आठवतो. शशी मेहता, एक उत्साही, सळसळता, देखणा पण सौम्य गृहस्थ! काकांच्या खूप साऱ्या ओळखी होत्या. मोठमोठ्या कलाकारांमध्ये ऊठबस होती. गुजराती असूनही ते तसे कधीच वाटले नाहीत. त्यांचा संबंध कायम मराठीशीच राहिला. उषा मेहता, काकांना संपूर्ण साथ देणाऱ्या. शिवाजी पार्कला राहायचे काका. घर स्वच्छ म्हणजे किती स्वच्छ? जाई, जुई मुलीही आईवडिलांच्या पावलावर पाऊल टाकून राहायच्या, वागायच्या. मला कायम त्यांचं उदाहरण दिलं जायचं. 'जुई बघ, तुझ्याच वयाची आहे. पण घर कसं ठेवते?' वगैरे.... तर मेहता काकांनी निटीतर्फे बापूंचे कार्यक्रम सादर केले– कॉलेजमधून, शाळांमधून. तशीच अजून एक व्यक्ती आठवते. संध्या सावंत. वरळीला राहायच्या मावशी. त्यांनी एक रुपया तिकीट लावून बापूंचा कार्यक्रम सादर केला. जेवढे श्रोते आले होते, त्या सर्वांना बटाटेवडा आणि पन्हं मावशींनी त्यांच्यातर्फे दिलं. पदरचे पैसे खर्च करून. बापू म्हणाले, 'मला मानधन नको. तुम्हाला खर्च खूप झाला आणि उत्पन्न काहीच नाही मिळालं.' मावशी म्हणाल्या, 'मी हा कार्यक्रम काय पैशांसाठी केला? नाही वपु. मला ह्या सर्व श्रोत्यांना काही तरी चांगलं ऐकवायचं होतं. फुकट कार्यक्रम ठेवला तर मोल नसतं त्याचं, म्हणून तिकिट ठेवलं. आज तुमच्या कथाकथनामुळे किती लोक स्वतःच्या रोजच्या काळजीतून मुक्त झाले

दोन-तीन तासांकरिता! विवंचना विसरले. हा आनंद किती मोठा आहे.'

संध्यामावशी श्रीमंत होत्या का? अजिबात नाही. त्या साध्या टायपिस्ट होत्या. पण त्या मनाने खूप श्रीमंत होत्या. त्यांचा मुलगा बाबा सावंत आज डायरेक्टर म्हणून प्रसिद्ध आहे; पण हे बघायला त्या आज हयात नाहीत.

स्मिता शेवडे. ह्या मावशी पुण्याच्या बँक ऑफ इंडियात कामाला होत्या. आज खूप वर्षं त्या पुण्याहून आई-बापूंसाठी आणि आता दादा आणि माझ्यासाठी येत आहेत. पण मला माहीत नव्हतं की त्यांची आणि वपुंच्या घराची ओळख नेमकी झाली कशी? परवा सहज मी मावशींना

तसं विचारलं. 'मावशी, तुमची आणि बापूंची ओळख कशी झाली?' मावशी हसल्या. म्हणाल्या,

'बँक ऑफ इंडियात एक छोटासा ग्रुप होता. पण म्हणावेत असे कुठलेच सोशल कार्यक्रम ह्या ग्रुपने केले नव्हते. म्हणून आम्ही वपुंचा कार्यक्रम करायचं ठरवलं. कल्पना माझी होती म्हणून सगळ्यांनी मलाच वपुंशी पत्रव्यवहार करायला सांगितलं. वपुंशी ओळखदेखील नव्हती. मी त्यांना तसं जरा भीतभीतच पत्र पाठवलं. वपुंचं उत्तर आलं. त्यात त्यांनी सांगितलं होतं की, 'सध्या त्यांनी नवीन काही कथा तयार लिहिल्या नाहीयेत. कथा लिहिल्यावर पहिला कार्यक्रम तुमच्या मंडळाला देईन.' पण मी हट्टच धरला. 'जुन्या कथा सांगा, आम्हाला

चालेल.’ असं दोन-चार वेळा हो-नाही झालं. शेवटी ‘वपु’ हो म्हणाले. इकडे आम्ही आनंदात! पण बँकेतल्याच एका वरिष्ठ अधिकाऱ्याने मोडता घातला. कार्यक्रम केलात तर मेमो देईन अशी धमकी दिली. मग पुन्हा मीच वपुंना फोन केला. दिलगिरी व्यक्त केली. कार्यक्रम रद्द केला. तेव्हा वपु जे म्हणाले ते मी आयुष्यभर विसरले नाही. तो मला एक धडा होता ते म्हणाले, ‘तुमची तशीच काहीतरी अडचण असल्याशिवाय तुम्ही कार्यक्रम रद्द करणार नाहीत, हे मला समजतं. पण थोडा विचार करा, हेच उत्तर जर माझ्याकडून आल असतं तुम्हाला, तर तुम्ही काय म्हणाला असतात? मला कार्यक्रम करायचाच नव्हता, म्हणून मी कारणं शोधतोय... वगैरे वगैरे. तर एकच करा, समोरच्यावर कुठलेही आरोप करण्यापूर्वी त्याच्या दृष्टिकोनातूनही पाहात जा. अशा तऱ्हेचे प्रसंग कुणाच्याही बाबतीत उद्‌भवू शकतात. असा विचार करून बघा. म्हणजे उगीचच दुसऱ्यावर लेबलं लावायची घाई होणार नाही.’

त्यानंतर स्मिता मावशी आणि भालचंद्र खरे जे ह्याच बँकेत मावशीचे सहकारी होते. बापूंना भेटले आणि नंतर दोघंहीजण भेटतच राहिले. कधीही हाक मारा, दोघंही धावत पुण्याहून मुंबईला येत. मग तो शनिवार-रविवार घरातच पिकनिक! खरेकाका खूप छान गात. आईला खरेकाकांचं गाणं आवडायचं. आईला खरं तर संगीतच आवडायचं. मग ते कुणीही म्हणो. सुरेल असेल तर ती दाद देणारच.

आईची सगळीच भावंडं गाण्याची शौकीन. सर्वांत मोठी बहीण, तिला सगळेच ‘ताई’ म्हणतात, म्हणून ती आमची ताईमावशी. ताईमावशी भजनं छान म्हणते. ती क्लासही घेते भजनाचे. भजनी मंडळात तिचा सहभाग आहे. हे घाटकोपरचं भजनीमंडळ. आज वयाच्या पंचाहत्तराव्या वर्षीही ती ह्या भजनी मंडळात अग्रेसर आहे. सर्वांत धाकटी विजूमावशी. तिचा मोठा मुलगा अभिनय पाध्ये, श्री. नाना मुळेंचा शिष्य. उत्तम तबला वाजवतो. अभिनय आता अमेरिकेत राहतो. तिथल्या अनेक कार्यक्रमांमधून मोठमोठ्या गायकांना– जे इथून अमेरिकेत कार्यक्रम करण्यासाठी जातात, त्यांना तबल्याची साथ करतो. विमलमावशीची सून सौ. स्मिता भागवत मा. शोभा गुर्टू ह्यांची शिष्या. ती स्वत: आता तिच्या मैफिली सादर करते. श्री. केशव निगुडकर म्हणजे माझा सर्वांत धाकटा मामा, अतिशय हरहुन्नरी!

तोही उत्तम गातो. अट एकच, समोर कुणी परका माणूस असता कामा नये. त्याचं काय आहे, त्याला 'स्टेज फिअर' आहे. चार माणसांत तो 'गोगलगाय' पण जेव्हा आमचे आम्ही असू तेव्हा वा! काय विचारता! ह्या मामाची एक गंमत सांगितल्यावाचून राहवत नाहीये. सांगू?

ह्या मामाने कधीही अभ्यास केला नाही. दरवर्षी नापास. बऱ्याच शाळा बदलून झाल्या. गावी पाठवून झालं, पण नाहीच शिकला. ह्याची पर्सनॅलिटी एकदम झकास! त्यामुळे मामाला पुढे कुठे ना कुठे नोकरी मिळत गेली. नंतर त्याने स्वत:ची गाडी घेतली आणि फिल्मलाईनमध्ये भाड्याने लावली. स्वतः ड्रायव्हर म्हणून जाऊ लागला. 'शत्रुघ्न सिन्हा' ह्यांना त्या काळात मामाची गाडी प्रोड्युसरने वापरायला दिली होती. मामाची आणि शॉटगन साहेबांची छान दोस्ती झाली. शॉटगन साहेबांचं शूटिंग चालू होतं फिल्म सिटीमधे. शॉट असा होता की, एक हॉटेल असतं. हॉटेल मॅनेजरला शॉटगन येऊन काहीतरी विचारतात, मॅनेजर नाही म्हणतो, शॉटगन निघून जातात. ह्या एका शॉटसाठी कुठला 'मॅनेजर' आणायचा? शॉटगनला मामा आठवला. तो गाडीत बसला होता तर त्याला घाईघाईने स्टुडिओत नेलं. मेकअप केला आणि मामा हॉटेलच्या मॅनेजरच्या वेषात काउंटरमागे जाऊन उभा राहिला. कुणी ओरडलं, 'लाईट्स'. डोळे दिपवून टाकणारे दिवे ऑन झाले. 'ॲक्शन' म्हटल्याबरोबर शॉटगन साहेब मान चोळत चोळत काऊंटरपाशी आले आणि मामा थरथरायला लागला. ते काय विचारत आहेत, काय उत्तर

द्यायचंय! काहीही त्याला समजत नव्हतं. त्याने 'एक मिनिट, अभी आता हूं!' असं म्हणून सेटवरून चक्क पलायन केलं. गाडी स्टार्ट केली आणि सरळ आमच्या घरी दाखल झाला. अक्षरही न बोलता सरळ लॅटरीनमध्ये गेला. बाहेर आला आणि नंतर जवळ जवळ दहा-पंधरा मिनिटांनी आमच्या समोर बसून स्वत:च्या थोबाडीत मारत म्हणाला, 'बावळट, चुकलास! मूर्ख, चुकलास!' आम्ही त्याला थांबवलं. तेव्हा हळहळत हा अख्खा किस्सा त्याने अगदी हातवारे आणि नकला करत सांगितला. पुढे असंही म्हणाला, 'आता शॉटगनसमोर जायची हिम्मत नाही.' ह्या मामाचे असे वेगवेगळे बरेच किस्से आहेत.

आईच्या सगळ्याच भावंडांना बापूंनी नेहमीच प्रोत्साहन दिलं. बापू एक गोष्ट गमतीत म्हणायचे, नेहमीच. 'मंगेशकर घराणं आहे म्हणून! नाही तर निगुडकर घराणं अस्तित्वात आलं असतं!' कुठून कुठे पोहोचले. सांगत होते 'खरे' ह्या 'रागा'बद्दल आणि समेवर आले तर हा 'रागच' बदलल्याचं उमजलं. खरेकाका!... खरेकाका आले की महफिल जमायची. दादा किंवा बापू हार्मोनियमवर. मग उरलेला एक व्हायोलिन घ्यायचे. गजला, हिंदी-मराठी गाणी, दादा हृदयनाथजींची गाणी म्हणायचा. आईसुद्धा सामील व्हायची. मी बापडी श्रोता! एकदा असेच खरेकाका आले होते. आई फुलके करत होती. तिने काकांना हाक मारली, 'भालू, ये ना गरम गरम फुलका खा. बघ फुलका कसा फुगतोय टम्म, अगदी माझ्यासारखा!' काका म्हणाले, 'फुलक्याचं ठीक आहे, तो दोन मिनिटांत बारीक होणार, पण तुमचं काय?' स्पाँडिलिटिसच्या औषधांनी आई जरा स्थूल झाली होती. काकांच्या ह्या कॉमेंटवर ती मनमुराद हसली होती.

रात्री बापूंचा असाच कुठे तरी कार्यक्रम होता. बापू जरा नाराजच होते. कुठल्यातरी सोसायटीचं वार्षिक स्नेहसंमेलन. बापू म्हणाले, 'तीनही बाजूंनी बिल्डिंग असणार. मध्ये मोकळं पटांगण! लोक पटांगणात येऊन बसायचा कंटाळा करतात. शिवाय गॅलरीत बसून ऐकलं तरी चालतं. समोर सगळी छोटी छोटी मंडळी. त्यांच्यासाठी माझं कथाकथन नसतं आणि ज्यांच्यासाठी असतं असा ग्रुप घोळका करून कुठेतरी दूर अंधारात उभा असतो. रिस्पॉन्स कळत नाही म्हणून मला रंगत वाटत

नाही. पण जायला पाहिजे.' असे किती कार्यक्रम बापूंनी त्या वेळेला गरज म्हणून मनाविरुद्ध केले असतील! 'भदे' या कथेतून त्यांनी अशा कार्यक्रमाचं वर्णन केलं आहे.

भदेवरून एक गंमत आठवली, एकदा ताई आमच्याकडे राहायला आली होती. बापूंचा बाहेरगावी कार्यक्रम होता. दिवसभर ऑफिसमध्ये काम करून आले होते. काम म्हणजे? मी बघितलंय एकदा. मोठा ड्रॉईंग बोर्ड. त्यावर बटर पेपर क्लिप्सनी लावलेला. एल शेपची मोठी पट्टी, टी स्क्वेअर, पेन्सिली. बापू त्या बोर्डासमोर उभे आणि प्लॅन तयार करत आहेत. कुठे खाडाखोड नाही. स्वच्छ पेपर. काय, कसा प्लॅन तयार करायचा आहे हे डोळ्यांत ठाम! फुटांना सेंटीमीटरमध्ये बसवत एक-एक फ्लोअर तयार होतोय. आठ-आठ तास उभ्याने काम करायचे. ते ऑफिसमधून आले. आईने गरम गरम जेवण तयार ठेवलं होतं. बॅग भरून तयार होती. त्यादिवशी बापूंचं ब्लडप्रेशर जरा जास्तच होतं. पण ट्रेन पकडायची होती, निघायलाच हवं होतं. जेवण झाल्यावर देवाला नमस्कार करून, बापू ताईला नमस्कार करायला वाकले. बापूंचे दोन्ही हात हातात घेऊन ताई म्हणाली, 'वसंता, काहीच करू शकत नाही रे तुझ्यासाठी! केवढी ही तुझी धावपळ. त्यात तुला बरं नाही. निदान तुझं हे ब्लडप्रेशर मला घेता आलं असतं तर किती बरं वाटलं असतं.' बापू गाडीत बसले. ताईचं एकच वाक्य डोक्यात घोळत होतं. 'तुझं ब्लडप्रेशर घेता आलं असतं तर?....' आणि बापूंना 'भदे' कथा सुचली. कार्यक्रम करून दुसऱ्या रात्री ते घरी आले आणि 'भदे' लिहायला घेतली. गोष्ट लिहून झाली पण गाडं 'शेवट' काय करावा कथेचा, ह्यापाशी अडलं. दोन-तीन दिवस खूप बेचैन होते. त्यांना काहीतरी वेगळा, धक्का देणारा शेवट हवा होता आणि अचानक तो सुचलाही. त्यांनी भदेला 'प्रेग्नंट' करून टाकलं. हा प्रेग्नंट भदे कमालीचा फेमस झाला.

बापूंच्या बऱ्याच कथा अशा आहेत ज्या बापूंना कमालीची दाद देऊन जात. कथा वाचनीय कुठली आणि कथनाची कुठली ह्याची वर्गवारी ते फार छान करत. झिंटू, पेन सलामत तो, गार्गी, हसरे दुःख, ऋतू बसंती रूठ गयी, सहन, भदे, बदली, मीच तुमची वहिदा वगैरे गोष्टी

लोकांनी पुन्हा पुन्हा ऐकल्या. चाळीतल्या वास्तव्यात पाण्याची टंचाई म्हणजे काय ह्याचा पूर्ण अनुभव घेतला गेला होता. अशाच काही चाळीतल्या प्रसंगांनी 'बदली' लिहिली गेली. पण विनोद सोडला तर त्या गोष्टीच्या शेवटी एका वाक्यात बापूंनी आध्यात्म सांगितलं, 'जागा बदलली तरी नशीब बदलत नसतं.' बापूंच्या प्रत्येक विनोदी कथेत जीवनावर भाष्य असे. झिंटूमध्ये, 'आमची पिढी गाद्या काढणाऱ्यांचीच' किंवा 'आम्ही दोघंही एकच भाषा बोलत असूनही झिंटू काय म्हणतोय हे मला कळत नव्हतं.' मीच तुमची वहिदामध्ये 'नवऱ्याच्या पिवळ्या गंजीफ्रॉकची पर्वा न करता जी त्याच्या मिठीत येते तीच त्याची खरी वहिदा रहमान असते.'

भांडणारा जोशी बापूंनी पुण्याला 'श्रमसाफल्यात' लिहिला होता. मी, अण्णा, दादा, ताई, आई, आत्या, श्रोतेवर्ग तयार होता. जे. पी. जो. जे. पी.चं वाचन संपलं. ही गोष्ट पुढे 'भांडणारा जोशी' म्हणून लोकप्रिय झाली. ताईला डोळ्यांत पाणी येईतो हसताना मी पहिल्यांदाच बघितलं. बापूंना केवढा आनंद झाला असेल तेव्हा! अगदी निखळ असं हास्य त्यांच्या लिखाणाने त्यांनी आपल्या माणसांच्या चेहऱ्यावर फुलवलं.

काय, कसे विचार सुरू होतात आणि हातून साहित्यनिर्मिती होते! बापू म्हणायचे, 'ज्या क्षणी काही वेगळं सुचतं तो क्षण परमेश्वराचा! मी

त्याचा फक्त स्टेनो.’ एकदा का कथानक मनात तयार झालं की उरते ती फक्त कारकुनी.

‘मायाबाजार’ गोष्ट त्यांनी लिहिली असेल १९६८ च्या दरम्यान. फारफार तर १९७०. त्यावेळी त्यांनी ‘जुन्या वस्तू बदलून नव्या घेऊन जा’ ही कल्पना मांडली आणि भविष्यात तसं घडलं. आज खूप साऱ्या जाहिराती ह्या धर्तीवरच्या असतात आणि वस्तू बदलून मिळतातही. म्हणजे ही दूरदृष्टीच झाली ना?

‘करंजी’ ही कथा तर भन्नाटच. बापूंना करंजी हा प्रकार खरंच कधी आवडला नाही. बस. एवढंच. पण बापूंनी कल्पकता दाखवून करंजीला अजरामर केलं. सुरुवाती सुरुवातीला ही गोष्ट वीस-पंचवीस मिनिटांत सांगून संपायची. कथा सांगता सांगता त्यामधे इतकी ॲडिशन झाली की, तीच कथा नंतर पंचेचाळीस ते पन्नास मिनिटं चालू असायची. इतके वेगळे आणि सुंदर प्रसंग, वर्णनं करंजीत आली की कथाकथनाला बापू जिथे जिथे जात तिथे तिथे फर्माइश व्हायची. ‘आपण म्हणजे आवरण. बायको म्हणजे सारण. संसाराचं काटेरी चाक आपण आपल्या अंगावरून फिरवून घ्यायचं, पण आतल्या सारणाला धक्का लागता कामा नये!’ जेव्हा जेव्हा करंजी कथा ऐकते, तेव्हा तेव्हा हे वाक्य म्हणताना बापूंचा त्यावेळचा अभिनय डोळ्यांसमोर उभा राहतो.
तसं बापूंचं लिखाण आणखीन एका कार्यक्रमामुळे तुफान लोकप्रिय झालं. तो कार्यक्रम म्हणजे प्रपंच! रेडिओवर ‘मुंबई ब’ वर हा कार्यक्रम सादर व्हायचा. मला वाटतं रात्री नऊची वेळ होती प्रसारणाची. टेलिव्हिजन अस्तित्वात नव्हता. ‘रेडिओ’ हेच करमणुकीचं साधन होतं. लोक नऊ वाजेपर्यंत कामं आटोक्यात आणून पंधरा मिनिटांच्या कार्यक्रमासाठी रेडिओजवळ येऊन बसत. ‘प्रपंच’ मधले मीना, प्रभाकर आणि टेकाडेभाऊजी खरोखरच घराघरांत पोहोचले होते. इतकंच नाही तर स्वकीय वाटू लागले होते. मीना म्हणजे नीलम प्रभू– आत्ताच्या सौ. करुणा यशवंत देव, प्रभाकर म्हणजे बाळ कुरतडकर आणि टेकाडेभाऊजी म्हणजे प्रभाकर जोशी, ह्या त्रयीने बापूंच्या लेखनाला योग्य न्याय दिला होता. फक्त आवाजाच्या माध्यमाद्वारे ह्या तीनही मंडळींनी जनतेला इतकं आपलंसं केलं होतं की, ह्यांच्यापैकी एक जरी

व्यक्ती बदलली असती तरी 'प्रपंच' हा प्रपंच राहिला नसता. जे कलाकार फक्त आवाजाच्या माध्यमातून जनतेपर्यंत पोहोचतात, ते प्रत्यक्षात दिसतात कसे ह्याची उत्सुकता जनतेला असणार, ह्या विचारांनी बापूंनी तिघांना अमंत्रित केलं आणि एक कार्यक्रम ओयोजित केला– छोटासा! त्यांनी ह्या तिघांचाही सत्कार केला आणि ह्या सुंदर आवाजाच्या मालकांची तोंडओळख सर्वांना करून दिली. कालांतराने 'प्रपंच' कुणी दुसरे लेखक लिहू लागले. मग मला वाटतं, हा कार्यक्रम बंद झाला. काही काळाने रेडिओवरील कार्यकारी मंडळाच्या निर्णयाने आणि लोकांच्या आग्रहास्तव पुन्हा ह्या कार्यक्रमाची सुरुवात बापूंतर्फेच झाली. 'पुन्हा प्रपंच' नावाने. हाही प्रपंच जबरदस्त प्रतिसाद देऊन गेला. एका प्रपंचच्या भागामध्ये बापूंनी 'पिशव्या' हा विषय घेतला होता. तो काळ होता कापडी पिशव्यांचा. लोक पिशव्या नेत पण परत आणून देत नाहीत, असा काहीसा मजकूर होता. 'पिशव्या' प्रकरण आजतागायत चालू आहे. फक्त मटेरियल बदललंय.

तसे सर्वच विषय रोजच्या डे-टू-डे लाईफमध्ये घडणाऱ्या गोष्टींवर आधारित होते म्हणूनच ते लोकप्रिय झाले. 'पुन्हा प्रपंच'चं पुस्तकही आलं. त्यावर छोटीशी एकांकिका नक्की तयार होऊ शकेल. आजही कारण ते. लिखाण जरी एकोणीसशे सत्तर काळातलं असलं, तरीही माणसांची मनोवृत्ती आजही तशीच आहे आणि प्रश्नही.

रस्त्यावरच्या सार्वजनिक उत्सवापासून कार्यक्रमांना सुरुवात झाली आणि नंतर हे कार्यक्रम थिएटरमधे व्हायला लागले. केवढा मोठा प्रवास आणि किती सारे अनुभव. ज्या थिएटरमध्ये नाटकं होतात, मोठमोठाले ऑर्केस्ट्रा होतात, तिथे एवढ्या मोठ्या स्टेजवर एकटा माणूस मध्यभागी उभा राहतो. एक माईक आणि छोट्या टेबलावर पाण्याचं तांब्या-भांडं. बास. कधी कधी नाटकही मायबाप प्रेक्षकांना खिळवून ठेवू शकत नाही, ते एकटे बापू फक्त गोष्ट सांगत तीन-तीन तास ह्या मायबाप प्रेक्षकांना खिळवून ठेवत. तिकिटं काढून लोक कथाकथन ऐकायला येत. पुण्याचा शिरीष रायरीकर. त्याने प्रथम थिएटरमध्ये बापूंचा कार्यक्रम लावला. शिरीष, पंडित हृदयनाथजींचे भावसरगमचे कार्यक्रम करायचा. मला वाटतं पुण्याला भावसरगम होतं आणि हृदयनाथजी जाऊ शकणार

नव्हते. शिरीषने बापूंना विचारलं. आधी बापूंना खात्री नव्हती. तिकिट घेऊन कथाकथन कोण ऐकणार? पण शिरीषने जोम धरला. बापू 'हो' म्हणाले. प्रयोग हाऊसफुल्ल झाला. नंतर शिरीषसाठी किती तरी असे कार्यक्रम बापूंनी केले.

'भावसरगम!' प्रथम जेव्हा हा कार्यक्रम करायचं ठरलं. तेव्हा त्यात अरुण दाते, उषा वर्तक, हृदयनाथ मंगेशकर, उषा मंगेशकर आणि अजून एक गायक कलाकार होते. त्यांचं नाव प्रभाकर ब्रम्हे. ते गोरे होते आणि खूप उंच होते. बापू ह्या कार्यक्रमात निवेदन करायचे. खूप छान व्हायचा हा कार्यक्रम. त्यात बापू एक विनोद सांगायचे–
'आपले अरुणभैय्या एकदा बसने प्रवास करत ऑफिसला जात होते. हातात ब्रिफकेस होती. नशिबाने लगेचच त्यांना बसायला जागाही मिळाली. अरुणभैय्यांनी तिकीट काढलं. थोड्या वेळाने कंडक्टर अरुणभैय्यांच्या जवळ आला आणि त्याने विचारलं, 'आपण अरुण दाते का?' अरुणभैय्यांना बरं वाटलं, म्हणाले 'हो. मीच.' अरुणभैय्या जास्तच खुषीत आले. ते गुणगुणायला लागले, बोटांनी ब्रिफकेसवर ताल धरला. थोड्यावेळाने पुन्हा कंडक्टरने विचारलं, 'नक्कीच आपण

अरुण दाते आहात. हो ना?' आता मात्र अरुणभैय्यांनी न राहवून विचारलं, 'हो. मीच अरुण दाते. तुम्ही मी आता गुणगुणत होतो त्यावरून ओळखलंत ना?' 'नाही'. 'मग मी ताल धरला होता, त्यावरून?' 'नाही.' 'मग तुम्ही मला ओळखलंत कसं?' 'तुमच्या बॅगेवर तुम्ही तुमचं नाव लिहिलं आहे ना ते वाचलं.'

बापू सांगायचे, दोन गाण्यांमध्ये निवेदन करण्याचं कारण एकच– पहिल्या गाण्याचे सूर मनात रेंगाळत राहतात. मग श्रोते लगेचच वेगळे सूर ऐकू शकत नाहीत. कारण पहिल्या गाण्याची धुंदी उतरलेली नसते. श्रोत्यांना त्या सुरावटीतून ह्या सुरावटीत आणण्यासाठी मध्ये फक्त शब्दच सहाय्य देऊ शकतात. म्हणून मी मध्ये बोलतो. शिवाय गायकांनाही मध्ये जरा विश्रांती हवी आणि ते पुढे गमतीनं म्हणायचे, 'खरं तर असं आहे की, माझं निवेदन आणि मला मध्ये जरा विश्रांती हवी म्हणून गाणं.'

निवेदनात ते अजून एक किस्सा सांगायचे. हा किस्सा कवी यशवंत देव यांचा आहे. देवकाकाही आपल्या कार्यक्रमांतून हा किस्सा सांगतात. देवकाका नागपूरमध्ये होते. त्यावेळेला त्यांना मुंबईहून सरगम ऐकवण्यात आली आणि काकांनी लगेचच शब्द दिले... 'स्वर आले दुरूनी, जुळल्या सगळ्या त्या आठवणी...'

भावसरगमचे अनेक कार्यक्रम बापूंनी केले. हल्लीच एक मोठ्या प्रमाणातला हृदयनाथजींचा कार्यक्रम पार्ले टिळक विद्यालयाच्या पटांगणात सादर झाला. हल्ली म्हणजे झाली असतील सात-आठ वर्षं. बापू हृदयनाथजींच्या सांगण्याप्रमाणे बऱ्याच वर्षांनी भावसरगममध्ये निवेदक म्हणून आले होते. कार्यक्रम उशिराच सुरू झाला तसा. आधी बरेच गायक गाऊन गेले. नंतर हृदयनाथजी आले. गाण्यांचा क्रम ठरलेला होता आणि त्यानुसार बापूंनी काय बोलायचं, रसिकांना नवीन काय द्यायचं, त्याची जुळवणी केली होती. एक-दोन गाणी झाली असतील, बापू निवेदनाला सुरुवात करत होते नंतरच्या गाण्यासाठी, तोच हृदयनाथजी म्हणाले, 'खरं तर मला गरजच नसते निवेदकाची. आधीच उशीर झालाय....' ह्या आशयाचे त्यांचे शब्द. जिव्हारी लागणारे. संपूर्ण पटांगण श्रोत्यांनी तुडुंब भरलेलं आणि इतक्या

जणांसमोर बोलावून केलेला बापूंचा अपमान! ते फक्त 'ठीक आहे. मग मी निघतो.' एवढं म्हणाले आणि स्टेजवरून खाली उतरले. कुणी दिला हा अधिकार हृदयनाथजींना बापूंचा अपमान करायचा? त्यांची कारणं

काहीही असोत, का बोलावलं मग वपुंना? ही मोठी म्हणवणारी माणसं अशी वागून छोटी का होतात? आम्ही तर ह्यांना कलेच्या सिंहासनावर बसवलं, त्यांना मग माणुसकीच्या साध्या पायघड्या अंथरता येत नाहीत? चार दिवसांनी दिलगिरी व्यक्त करणारं पत्रं बापूंना हृदयनाथजींकडून आलं. बापू म्हणाले, 'ठीक आहे.' पण मला वाटलं, अपमान भर सभेत आणि क्षमा एकांतात! काय उपयोग!

बाबूजींवरून आठवले श्रीधर, बाबूजींचे चिरंजीव, आजचे आघाडीचे संगीत दिग्दर्शक आणि गायक. तसे बाबूजी आणि श्रीधरजी बापूंकडे यायचेच, पण त्यापैकी अगदी दोन-तीन वेळाच मी वांद्र्याला होते. वडिलांबद्दल मुलाला आदर असतो, असावा आणि आदर करण्यासारखे वडील लाभावेत. पण आदर असावा तो किती? आणि व्यक्त करण्याची पद्धतही किती छान असावी!

हॉल, हॉलमधल्या दरवाजालगतची सेटी कम बेड. बाबूजी त्यावर बसलेले आणि श्रीधरजी त्यांच्याजवळ उभे. जितका वेळ गप्पा चाललेल्या तितका वेळ. बाबूजींसमोर बसणार कसं? त्यांच्याबद्दलचा आदर ते असा व्यक्त करीत होते. बाबूजी अगदी आग्रहच धरीत तेव्हा श्रीधरजी बसत. हा आदर होता. 'वडील म्हणून, श्रेष्ठ गायक म्हणून, श्रेष्ठ संगीतकार म्हणून आणि सर्वश्रेष्ठ माणूस' म्हणून.

आम्ही ह्यातून काय शिकलो, की कौतुक करून विषय संपला? प्रत्येकाची आदर व्यक्त करण्याची पद्धत वेगळी असू शकते हे मलाही मान्य आहे; पण श्रीधरजींची ही पद्धत फार भावून गेली.

बापू ज्या खुर्चीवर बसून लिखाण करायचे, ती खुर्ची सर्वांसाठी होती. त्यांनी 'ह्या' खुर्चीचा लोभ धरला नव्हता. रवी हुदलीकर जेव्हा घरचेच झाले तेव्हा ते बापूंना म्हणाले, 'वसंता, ह्या खुर्चीवर विराजमान होण्याचा हक्क फक्त तुझा आहे. मी बघतोय, कुणीही ह्या खुर्चीवर अगदी सहज येऊन बसतं. हे योग्य नाही. तू बाकी काही बंधनं घातलेली नाहीस पण ह्या खुर्चीवर मात्र तुझं स्वतःचं राज्य हवं.' मग कालांतराने बापूंनी त्यांच्या खुर्चीवर लिहिलं, 'ऑथर्स चेअर, यू आर नॉट ऑथराईज्ड'.

श्रीधरजी जे अंत:प्रेरणेने करत होते, तिथे आम्हाला हे समजवायला लागलं; तेही दुसऱ्या कुणी निदर्शनास आणून दिल्यानंतर. आदर होताच, आहेही; पण कृतीत दर्शवण्यासाठी मात्र रवीकाकांची गरज पडली. केवढी मोठी चूक ही आमची!

बापूंनीच त्यांच्या एका गोष्टीत लिहिलंय, 'जी व्यक्ती उंच शिखरासारखी असते, तिचीच एक बाजू तितकीच खोल खड्ड्यात असते. नियती आपला समतोल सांभाळते.' अर्थात प्रत्येक गोष्टीला अपवाद असतात. तसेच अपवाद ह्या बापूंच्या वाक्यालाही आहेत. उदाहरणादाखल अण्णा– पु. श्री. काळे तसेच, बाबूजी– श्री. सुधीर फडकेसाहेब आणि असेच.

एक दिवस अचानक हृदयनाथजींना घरी आलेलं बघून दादा आणि बापूंना आश्चर्य वाटलं होतं. त्या वेळी बापू बरेच आजारी होते. त्यांच्या हृदयात सहा-सात ठिकाणी ब्लॉकेजेस झाले होते. बायपास करणं आवश्यक होतं आणि त्यांची तयारी नव्हती ऑपरेशन करून घेण्याची. हृदयनाथजी आले. बसले. काही गप्पा झाल्या असतील. गाणी झाली असतील म्हणून रात्रीपर्यंत ते थांबले. रात्री उशिराने ते बापूंकडे हट्ट धरून बसले, म्हणाले 'वपु तुम्ही आपॅरेशन केलंच पाहिजेत. तुमचा नकार मला मान्य नाही. जर काही पैशांचा प्रश्न असेल तर मला सांगा; पण ऑपरेशन झालंच पाहिजे. मी तुम्हाला घेऊन जातो हॉस्पिटलमध्ये.' बापू म्हणाले, 'नको वाटतंय. आता हे जे आयुष्य जगतोय, ते 'बोनस' म्हणून. वसुंधरा गेली, आता जगण्याचं प्रयोजन उरलं नाही.'

दुसऱ्या दिवशी सकाळीच बापूंनी मला फोन करून हे सर्व सांगितलं. फोन ठेवला आणि मी विचारात पडले. काही महिन्यांपूर्वीचा प्रसंग आणि कालचा प्रसंग. जमीन-अस्मानाचा फरक! ते हृदयनाथ ते हेच का? माझा अंदाज चुकल्याचा मला आनंद झाला. बापूंच्या वाक्याला अपवाद आहेत, त्यात हृदयनाथजींचंही नाव आहे.

कधी कधी समोर घडलेल्या किंवा एखाद्या ऐकीव गोष्टीवरून प्रत्येक जण प्रत्येकाबद्दल काही ना काही मत बनवतो.

खरं तर माणसं सगळी चांगलीच असतात आणि निसर्गनियमाप्रमाणे

प्रत्येकात काही ना काही उणिवा असतात. जर आपली भेट त्या व्यक्तीच्या चांगल्या बाजूशी झाली तर वाहवा आणि जर अँगल चुकला तर वानवा. पण जसं सर्व जग फिरतं, तसाच आपला अँगलही फिरतो आणि मग व्यक्तीच्या दोन्ही बाजूंशी आपण परिचित होतो. हेच अगदी आपल्याही बाबतीत इतरांचं होतं. महत्त्व ह्याला नाहीच. महत्त्व आहे, ते आपण समोरच्याची कुठली बाजू ग्राह्य मानतो आणि कुठल्या बाजूकडे दुर्लक्ष करायला लागतो त्याला.

हृदयनाथजींनी दिलेले हे दोन्ही अनुभव मला खूप काही शिकवून गेले आणि म्हणूनच माझी नजर हळूहळू पारदर्शक व्हायला लागली.

निवेदनापेक्षा बापूंनाही कथाकथनच महत्त्वाचं होतं. निवेदन ही त्यांची हौस. तेही तसं विचारलं गेलं म्हणून.

कथाकथनाची कला वाढायला हवी. जास्तीत जास्त कथाकथनकार व्हायला हवेत असं बापूंना नेहमी वाटायचं. त्यांच्याकडे कुणी कुणी शिकायलाही येत. मला आठवते ती मेहता इस्टेट, सी विंगमध्ये रहाणारी ज्योती कुलकर्णी. तिला कॉलेजमध्ये कथाकथन स्पर्धेत भाग घ्यायचा होता. बापूंचीच एक कथा तिने निवडली होती. कथा पाठ करून चालत नाही असं बापू सांगायचे. महत्त्वाचे मुख्य मुद्दे लक्षात ठेवायचे. कथा फ्लेक्झिबल हवी. कशीही फिरवता आली पाहिजे. जेव्हा ते स्वत: कथा सांगत, तेव्हा सांगता सांगता काही तरी नवीन आठवे, त्यात ॲड केलं जाई. म्हणूनच १९५० मधली कथा, ही २००१ मध्येही ताजी वाटे. एखादा गवई जुनी बंदिश नव्या स्वरूपात मांडतो

आणि ती रसिकांच्या मनाला तितकीच मुग्ध करून टाकते, तसंच. गवई शागीर्द तयार करतात किंवा शागीर्द तयार होतात. जसं गायनाकरता मुळात गाता गळा लागतो, तसंच कथाकथनात स्मरणशक्ती आणि लवचिकता लागते. रियाज करून करून शागीर्द तयार होऊ शकतात, गाऊ शकतात, पण कथाकथनाचं तसं नाही. त्या करता मुळात बोलण्याचं कसब लागतं. श्रोत्यांना खिळवून ठेवण्याची क्षमता, रसाळ-ओघवती वाणी, सहजता लागते. पाठांतराने हे होत नाही. ज्योती कुलकर्णी उत्तम कथा सांगू लागली. पुढे बापूंनी आणि ज्योतीने मिळून कार्यक्रमही केले. सुलभाताई देशपांडे, ह्यांनीही बापूंबरोबर कार्यक्रम केले. अर्थात त्यांना काही शिकवण्याची आवश्यकता नव्हतीच. मंगला खाडिलकर, ज्या आजही यशस्वी संयोजिका आहेत. मला आठवतं, 'ह्या ज्वाळा त्या ज्वाळा' ही कथा नुकतीच लिहून झाली होती. ह्या कथेबद्दल सांगायचं झालं तर पेपरला बातमी आली होती. 'घाटकोपर येथे नवऱ्याच्या संशयी स्वभावाला कंटाळून एका पत्नीची आत्महत्या.' ह्या एका वाक्यावर 'ह्या ज्वाळा त्या ज्वाळा' गोष्ट लिहिली गेली. अतिशय वाईट वाटलं होतं बापूंना ती बातमी वाचून. का असं व्हावं? त्यांनी त्यांच्याकडून ह्या गोष्टीद्वारे दु:ख व्यक्त केलं. मंगला खाडिलकरांनी गोष्ट वाचली. त्यांना भावली. बापूंच्या मार्गदर्शनाखाली गोष्ट तयार झाली आणि त्यांनी ही गोष्ट बऱ्याच ठिकाणी कथनही केली. मुग्धा चिटणीस आठवते? गोड मुलगी. लहान वयातच अनेक यशांची मानकरी ठरली. तीही बापूंची शिष्या. बापूंनी तिच्याकडून फक्त स्वत:च्या गोष्टी नाही तयार करून घेतल्या; तर इतर लेखकांच्याही गोष्टी, त्यातली खुबी तिला शिकवली. मुग्धाने तर कथाकथनाचे शंभर प्रयोग केले आणि आताच्या रेखा मुंदडा! बापूंना श्री. व सौ. मुंदडा ह्या दांपत्याचं कमालीचं कौतुक होतं. जातीने मारवाडी. एकत्र कुटुंब. घरात मोठी माणसं. त्यांचं घर म्हणजे संपूर्णपणे ऑर्थोडॉक्स. डोक्यावरून गळ्यापर्यंत पदर म्हणजे घुंघट हवाच. पण श्री. मुंदडांनी आपल्या पत्नीतल्या गुणांना ओळखलं, वाव दिला. सुरुवातीला आले असतील काही व्यत्यय, पण ते रेखाच्या पाठीशी उभे राहिले. मराठी साहित्याशी त्यांचा स्वत:चा फारसा संबंध नव्हता, पण रेखासाठी जे जे करता येणं शक्य आहे ते ते त्यांनी केलं. आणि आजही ते कार्यक्रमांसाठी

तिच्याबरोबर शहर-शहर हिंडतात; इतकंच नाही तर भारताबाहेरही त्यांचे कार्यक्रम होतात. साहित्य माणसाला किती प्रगल्भ, उच्च करू शकतं! आणि एक पती, पत्नीच्या गुणांना प्राधान्य देण्यासाठी काय काय करू शकतो ह्याचं एक सुंदर उदारहण आहे श्री. व सौ. मुंदडा!

मलाही बापू म्हणायचे, 'तू कथाकथन करू शकशील.' तेव्हा मी किंचित कथा लिहीत होते. त्यातली एक कथा रंगावर होती. बापूंना ती आवडली होती. बापूंचा मला वाटतं सोलापूरला कार्यक्रम होता. मेडिकल कॉलेजमध्ये. रात्रभर ट्रेनचा प्रवास. बापू मला म्हणाले, 'तुझी ती रंगांची गोष्ट तयार कर.' मी आपली गोष्ट तयार केली. त्यात काही बदल बापूंनी सुचवले. तेही लक्षात ठेवले आणि बापूंना सांगितलं, 'मी सांगेन कथा.' माझं वय वर्ष अठरा. आत्तापर्यंत फक्त कथाकथन ऐकत होते. कधीही सांगण्याचा, किंवा कथा वाचनाचा घरातही प्रयत्न न केलेला. सरळ त्या मेडिकल कॉलेजच्या मुलामुलींनी खचाखच भरलेल्या ऑडिटोरियममध्ये स्टेजवर जाऊन उभी राहिले. सर्वांना नमस्कार-चमत्कार, आशीर्वाद वगैरे घेऊन झाले आणि माझी रंगाची गोष्ट सांगायला प्रारंभ केला. पण सगळीकडे चिडीचूप शांतता. अगदी टाचणी पडली तरी ऐकू येईल अशी. गोष्टीत रंग नाही की माझ्या सांगण्यात रंगत नाही? काही कळेना. समोरचा दीड-दोन हजार मुलांचा थवा केवळ वपुंना मान द्यायचा म्हणून शांत बसलेला. केवढं दडपण आलं होतं आणि बोलता बोलता मी एक वाक्य बोलून गेले, 'तू एक मिनिट थांब, मी दोन मिनिटांत येते' आणि काय सांगू? तो थवा असा काही फडफडला, हसण्याने हॉल दुमदुमला.

मला कथाकथन जमलं नाही, ह्याचं वाईट नाही वाटलं. वाईट वाटलं याचं की, मी बापूंचं नाव खराब केलं. म्हणूनच म्हटलं सराव करून, शिकून एक वेळ गाता येईल पण कथाकथन नाही करता येणार. ही कला मुळातच असावी लागते. बापू तेव्हा रागावले होते का मला?– नाही. मला काही बोलले का?– अजिबातच नाही. मीच खजील झाले होते; पण त्यांनी एका शब्दानेही त्यांची नाराजी दर्शवली नाही. इथे मला बापूंमधले अण्णा दिसतात. मुलांच्या अपयशावर तोंडसुख घेणारे कितीतरी बाप मी बघितले आहेत. अपयशाला समजून घेणारा बाप

एकच– वपु काळे. बरेच जण मला विचारतात, ‘तू नाही कथाकथन करत?’ तेव्हा माझ्या डोळ्यांसमोर ‘तू एक मिनिट थांब, मी दोन मिनिटांत येते’ एवढंच येतं. मी मनातल्या मनात खदाखदा हसते आणि सौम्यपणे ह्या प्रश्नावर नकार देते.

कथाकथन करताना बापूंनी फक्त स्वत:च्या गोष्टी नाही सांगितल्या. त्यांना भावलेल्या इतर साहित्यिकांच्या कलाकृतीही त्यांनी आपल्या कथांमधून त्या साहित्यकाराच्या नावासकट पेश केल्या. त्या बापूंच्या कथेला दुजोरा देणाऱ्या ठरल्या. ह्यात एका महान मराठी शायरीकाराची स्मृती मला प्रत्यही येते. श्री वा. वा. पाटणकर. काका म्हणायचे ‘आमच्या नावातच ‘वावा’ आहे.’ मराठी शायरी ही कल्पनाच किती वेगळी! काका होतेही अगदी उमदे, देखणे, गोरेपान. मी त्यांना काका म्हणायची खरी; पण तेव्हा ते आजोबा म्हणावं अशा वयाचे होते. बापूंनी काकांचे कार्यक्रम आयोजित केले, बऱ्याच रसिकांशी त्यांची गाठभेट घालून दिली. आणि स्वत:च्या कथाकथनांतून बापू सांगत, ‘आमचे शायरीकार वा. वा. पाटणकर म्हणतात...’.

बापूंनी काकांवर पुस्तकही लिहिलं. ‘दुनिया तुला विसरेल...’.

श्री. वसंत बापट ह्यांची ‘आम्ही जाणारच की केव्हातरी पट्दिशी’ ही कविता म्हणजे बापूंना व्यापूनच राहिली होती. खुद्द बापटांनी ही कविता जितके वेळा म्हटली नसेल तितके वेळा बापूंनी म्हटली. शेवटी शेवटी तर बापू त्यांच्या प्रत्येक कार्यक्रमाची सांगता या कवितेने करीत होते. ती कविताच चटका लावणारी आहे. सांगू,

## लावणी अखेरच्या विनवणीची

मैतर हो! खातरजमा करू मी कशी
आम्ही जाणारच की कधी तरी पट्दिशी

    काय तरुणपणाची एकेक वेडी घडी
    काय धुंदफुंद रंगात रंगला गडी
    काय खट्याळ खोड्या एक एकावर कडी

मस्तीत मिजाशित रमली रात्रंदिशी
आम्ही जाणारच की कधी तरी पट्दिशी

आम्ही साधू नव्हतो, नव्हतो योगी कुणी
आम्ही छंदीफंदी नादी नाना गुणी
इश्काच्या पायी कैक जणींचे ऋणी
केली फसवाफसवी, कितिदा पडलो फशी
आम्ही जाणारच की कधी तरी पट्दिशी

किणकिणता कंकण कणकण नाचायचा
रुमझुमता पैंजण जीव वेडा व्हायचा
कधी मैनेसंगे वनभर उधळायचा
दो हाती लुटली आणि लुटवली खुशी
आम्ही जाणारच की कधी तरी पट्दिशी

तुम्ही जीव लावला, मैत्र आपुले जुने
केलेत माफ तुम्ही शंभर माझे गुन्हे

हे एकच आता अखेरचे मागणे
ही मैफल अपुली अखंड चालो अशी
आम्ही जाणारच की कधीतरी पट्दिशी

दुसऱ्या साहित्यिकाचं साहित्य इतक्या मोकळेपणानं मांडून ते आवडल्याचं आणि ते साहित्य उच्च असल्याचं आपल्या कार्यक्रमांतून सांगणारा मी पाहिलेला हा एकमेव लेखक.

असंच श्री. द. मा. मिरासदार ह्यांची 'कोणे एके काळी' ही कथा! बापूंना

ही कथा इतकी आवडायची की ते म्हणायचे, ‘माझ्या सर्व गोष्टी मी ह्या कथेवरून ओवाळून टाकतो.’ शं. ना. नवरे ह्यांची ‘दिवसें दिवस’, प्रभाकर पेंढारकर ह्यांची ‘रारंग ढांग’, रणजित देसाईंची ‘स्वामी’, अरुणा ढेरेंचा ‘कृष्णकिनारा’, पु. लं.चं ‘बटाट्याची चाळ’, दुर्गाबाईंचं महाभारतावरचं ‘व्यासपर्व...’ सुधीर मोघे, म. भा. चव्हाण, शांताबाई शेळके, बहिणाबाई, शंकर वैद्य ह्यांच्या कविता. अशी त्यांची साहित्यातली मान्यवरांची आवड होती. हे मी माझ्या आठवणीतलं सांगितलं. तसं फारसं वाचन नव्हतं बापूंचं. पण घरातल्या वातावरणामुळे

दादाला आणि मला वाचनाची आवड निर्माण झाली.

श्री. द. मा. मिरासदार, श्री. शं. ना. नवरे, श्री. पाटील, श्री. माडगूळकर बंधू ह्यांच्या समवेत बापूंना कथाकथनाला आमंत्रित केलं जायचं, तेव्हा बापूंची इच्छा असायची की द. मां. नी एकदा तरी 'कोणे एकेकाळी' गोष्ट सांगावी. गप्पा मारता मारता बापूंनी त्यांना कधी तरी तसं सुचवलंही असेल.

बापू कथाकथनाला सुरुवात करायचे. म्हणजे काय करायचे? जिथे कार्यक्रम असेल तिथल्या भागातल्या काही विशिष्ट गोष्टी असतील किंवा त्या ठिकाणचे कुणी बडे गृहस्थ असतील, त्यांचा उल्लेख करून गप्पा किंवा एखादा विनोद सांगत. श्रोत्यांकडून जसा प्रतिसाद येईल त्यावरून त्यांना त्यांची आणि श्रोत्यांची नाडी जुळणार की नाही हे कळायचं, जसं म्हणतात ना, शितावरून भाताची परीक्षा! तसंच. सहज बोलता बोलता बापूंनी गोष्ट कधी सुरू केली हे श्रोत्यांना समजायचंही नाही. ते संवाद साधायचे. श्रोत्यांकडून मिळणारा प्रतिसाद हा संवाद पूर्णत्वाला न्यायचा.

'संवाद'. बापूंनी संवादावर प्रेम केलं. त्यांनी त्यांच्या अनेक गोष्टींतून संवादाला महत्त्व दिलं. अबोला धरून प्रश्न सुटत नाहीत, उलट वाढतात. अबोल्यामुळे मनात तेढ वाढते. संवाद साधावा, विचार पटोत अथवा न पटोत आणि संवाद म्हणजे वाद नव्हे. संवादाने माणसं जोडली जातात, जास्त चांगली समजतात ह्यावर त्यांचा दृढ विश्वास होता.

बापू संवादाचे भुकेले आणि आई?- तशी आईसुद्धा खूप बोलकी होती. पण दोघांत फरक होता. बापूंचा स्वभाव वाहून जाणाऱ्यांपैकी तर आई माणसं जोखून-पारखून नातं ठेवणारी. बापूंच्या ह्या वाहून जाणाऱ्या स्वभावामुळे आईला त्यांना थांबवायला जमायचं नाही. केव्हातरी मग खटके उडायचे; पण ते आम्हा मुलांना कधी समजलं नाही. ह्याचं मुख्य कारण असेल एकच. काही खटकलं की आई अबोला धरायची. तिच्या अबोल्याचं कारण कित्येक वेळा बापूंना माहीत नसायचं. मलासुद्धा आई अबोला धरायची बापूंशी, हे आत्ता आत्ता कळलं. तेही आईच्या आजारपणात. बापूंनीच सांगितलं, 'माझ्यावर रागावलेली असायची तेव्हा

वसुंधरा अबोला धरायची. घरात अण्णा असायचे. त्यांच्यासमोर कुठलेही वाद होता कामा नयेत, अशी तिची धारणा असायची. मी ऑफिसला जायला निघायचो. माझ्यानंतर पंधरा-वीस मिनिटांच्या अंतराने अण्णा

बाहेर पडायचे राजकमलमध्ये जाण्यासाठी. मी अण्णा निघेपर्यंत तिथेच कुठेतरी वेळ काढत असे आणि अण्णा गेल्यानंतर पुन्हा घरी जात असे. 'तुला सांगतो स्वाती, ज्यादिवशी वसुंधरेनं पहिल्यांदा अबोला धरला ना, मला चैन पडत नव्हतं. जेमतेम महालक्ष्मीपर्यंत ट्रेन पोहोचली तर उतरून उलटा दादरला आलो. मला परतून आलेला बघून तिला खूप आश्चर्य

वाटलं. मी तिला जवळ बसवलं. म्हणालो, 'वसु, मला वाटतं मी दिवसभर अस्वस्थ राहणार ऑफिसमध्ये आणि तू काहीबाही विचार करत घरात अस्वस्थ राहणार. मनात कुढत बसणार. त्यापेक्षा बोलून टाक जे काही तुझ्या मनात आहे. मोकळी हो. म्हणजे तुला त्रास होणार नाही. आपल्या संसारात ही अबोलीची फुलं नकोत.' आईने बापूंचं मानलं की नाही, मला माहीत नाही. पण बापूंनी त्यांचा हा शिरस्ता सोडला नाही.

आई बरेच वेळा अबोला धरायची हे बापूंनी आम्हाला अगदी हल्ली कळू दिलं. केव्हा? तर नियतीने तिला अबोल करून टाकलं तेव्हा. जाणीव असतानाचं अबोलपण बोलकं होऊ शकतं. ती 'आशा' नसून खात्री होती; पण जिथे जाणिवाच नाहीत आणि त्यामुळे आलेलं अबोलपण कधी काळी बोलकं होईल का? ही आशा जीवघेणी ठरत होती. आईच्या गाण्याची, हसण्याची, हॅलोची किंवा 'वपु' ह्या हाकेची प्रतीक्षा आणि फक्त प्रतीक्षाच राहिली. शेवटी मृत्यूने तिला कवटाळलं; पण अबोला सुटला नाही. संवादावर एवढं प्रेम करणाऱ्याच्या आयुष्यातला संवादच नष्ट का व्हावा? ह्याला उत्तर नाही.

अनुवांशिकता! दादाने आईचा हा गुण पुरेपूर उचलला आहे. आता ह्या स्वभावाला गुण म्हणायचं की दुर्गुण? दादासाठी गुणच. तो महिनोन् महिने व्यक्ती कितीही जवळची असो, राग आला असेल तर अबोला धरू शकतो. अगदी एकाच घरात राहाणारी व्यक्ती असली तरीही. त्याने एकदा अबोला धरला की, त्या व्यक्तीवाचून त्याचं काहीही अडत नाही. मग केव्हातरी त्या व्यक्तीनेच जर पुढाकार घेतला तर कसाबसा संवाद सुरू होणार.

आई सुग्रण होती. ती फक्त उत्तम स्वयंपाकच करायची एवढंच नाही तर ते जेवण चवीनं जेवायचं कसं हेही ती सांगायची. मला तिची ती एक विशिष्ट लकब आजही आठवते. गणपतीचे दिवस. आमच्या घरी गौरी-गणपती दोन्ही असतात. गौरींचं घरी येणं, त्यांचं वास्तव्य आणि जेवण सर्वच अगदी कडक सोवळ्यात! आम्हा मुलांना त्या दिवसांत स्वयंपाकघरात यायला सक्त मनाई. सोवळ्यातल्या ताई-आईला स्पर्शही करायचा नाही, भले मग आमची अंघोळ जरी झालेली असली तरी! नैवेद्य दाखवून होईपर्यंत ही मनाई लागू असायची. पाच चटण्या, पाच

कोशिंबिरी, पाच भाज्या आणि पाच पक्वान्नं! सर्व यथासांग व्हायचं. गणपती-गौरींची आरास बापू आणि दादा मिळून करायचे. गौरी उभ्या, देखण्या. त्यांचे दागिने, साड्या ठेवणीतल्या. 'गौरी आल्या सोन्याच्या पायी' असं म्हणत त्यांचं आगमन व्हायचं. सर्व घर गौरींना फिरून दाखवायचं. आई म्हणायची, 'त्यांना कळायला हवं, आपलं वास्तव्य कुठल्या घरात आहे ते!' गौरींच्या जेवणाच्या दिवशी भटजी, सवाष्ण, एक कुमारिका एवढे कमीत कमी जेवायला असायचे. छान रांगोळी काढली जायची. उदबत्ती, धुपाचा मिश्र सुगंध! आणि पंगत बसली की बापू 'वदनी कवळ घेता' म्हणून जेवायला सुरुवात करून द्यायचे. मग पंगत वाढायचं काम मी व दादा करायचो. आई हॉलच्या दारात, पॅसेजच्या चौकटीत उभी राहायची, डोकावल्यासारखी. कुणाला काय हवं-नको बघत. आणि मधूनच ती कुणाला तरी सांगायची, 'भज्यानंतर खीर घ्या ना मधे मधे एक चमचा, फार छान लागतं बघा तसं!'

तिची पदार्थांची कॉम्बिनेशन्स ठरलेली असायची. 'गोडाचा शिरा आणि भजी', 'बटाटेवडा आणि कोकाकोला', 'मऊभात (आटवल) आणि

पापड भाजलेला खरपूस चुरा करून भातावर, तूप, मेतकूट आणि तिखट शेव', 'दूध, सायभात आणि चकली', 'आमटी भात आणि शिळी पोळी.' काही काही कॉम्बिनेशन्स ऑड वाटली असतील; पण ती झकास होती. माझ्या मुलांपर्यंतही ती पोहोचली आहेत आणि मुलांनी ती त्यांच्या मित्र-मैत्रिणींपर्यंत पोहोचवली आहेत. आईवरून मला माझ्या सासूबाईंची एक गोष्ट आठवली. त्या थालीपीठ फार छान बनवतात. हे नेहमीचं भाजणीचं थालीपीठ झालं; पण एक वेगळंही बनवतात. आदल्या दिवशीची भाजी, आमटी जर उरली असेल, म्हणजे धड ठेववत नाही आणि टाकवत नाही अशी जेव्हा परिस्थिती होते तेव्हा त्या ह्या भाजी-आमटीत थोडं गव्हाचं पीठ, थोडं तांदळाचं पीठ आणि थोडंसं बेसन, मीठ, मिरची, कांदा, कोथिंबीर सगळं घालून एकत्र करतात आणि अप्रतिम थालीपीठ तयार होतं. आईने, माझ्या सासूबाईंनी किंवा त्या पिढीनेच मोजूनमापून संसार केला. आत्तासारखं नाही, 'पदार्थ नकोय, टाकून द्या किंवा देऊन टाका.' एकंदरीतच बघता आई परखड होती; पण तितकीच आत्मीयताही होती तिच्यात. म्हणूनच तर बापूंनी जमवलेला परिवार टिकला, वाढत गेला.

दाराबाहेरचा 'प्लेझर बॉक्स' कायम तुडुंब पत्रांनी भरलेला असायचा. पत्रं अर्थातच बापूंसाठी असायची. पाकिटबंद पत्रं असेल तर आई ते पाकिट फोडायची नाही. कार्ड असेल तर वाचायची. बापूंनीच तिला सांगितलं की, 'पत्रं जरी माझ्या नावाचं असलं तरी तू पाकिट फोडून वाचत जा. तुझ्या-माझ्यात लपवण्यासारखं काहीच नाही.' हा बापूंचा मुद्दा मला कायम फार महत्त्वाचा वाटत राहिला. एक तर सहचारिणीला दिलेलं स्वातंत्र्य आणि दुसरी गोष्ट म्हणजे, जे त्यांनी 'स्वत:चं' असं काही ठेवायला हवं ते ठेवलं नाही. जे जे त्यांचं होतं ते ते सर्व आईचंही होतं आणि आईसुद्धा तितकीच थोर, तिने हा विश्वास बापूंना दिला. ती इतकी बापूंची होती आणि बापूंसाठी, घरासाठी होती, की त्या पलीकडे तिचं विश्वच नव्हतं. बापूंच्या ह्या सार्थ विश्वासाला तिने अनेक वेळा तो योग्य आहे हे दाखवून दिलं. हे दाखवून देणंही इतकं सहजी होतं की आपण काही वेगळं करतो आहोत असा विचारही तिला कधी शिवला नाही.

प्लेझर बॉक्समध्ये पडणारी पत्रं सर्वच काही खुषीची, आनंद देणारी नसत. टीकेचीही पत्रं असत. आई सर्व पत्रं वाचत असे. जी टीका तिला योग्य वाटे, ती पत्रं ती बापूंना दाखवत असे; पण जी टीका अयोग्य असे किंवा ज्या टीकेला काही पायाच नसे, अशा पत्रांना ती परस्पर उत्तरं देत असे. तसं बापूंचं लिखाण एका विशिष्ट पठडीतलं होतं. त्यांना सगळेजण 'मध्यमवर्गीय लेखक' म्हणत. बापूंना आणि आईलाही ह्याबद्दल काही म्हणायचं नव्हतं. त्यांची त्याविषयी काही तक्रार नव्हती. कलेतील वर्गवारी त्यांनी कधी केली नाही. कला ही कला असते. प्रत्येक कलाकार स्वत:च्या आणि स्वत:तल्या गुणांचा अधिकाधिक उच्चांक गाठण्याच्या प्रयत्नात असतो. इथे ठरवून काही होत नाही. जे भावतं ते जास्तीत जास्त चांगल्या पद्धतीने मांडलं जातं. मग ते लिखाण असो, काव्य असो, अभिनय असो किंवा एखादं चित्र असो. ज्या ज्या रसिकांची जसजशी मनोवृत्ती असते, त्या मनोवृत्तीला भेदून जाणारा जो कुणी कलाकार असेल तो त्या रसिकाला श्रेष्ठ वाटतो इतकंच.

म्हणूनच असेल, बापू कधीच 'साहित्य संमेलन' अशासारख्या संमेलनात रमले नाहीत. आपणहून त्यांनी कधी स्वत:ला लोकांवर थोपवलं नाही. साहित्य हे काही राजकारण नाही. अध्यक्ष कुणी व्हायचं ह्यासाठी

निवडणुका घ्यायच्या आणि अध्यक्षपद भूषवायचं, हे बापूंना कधी पटलं नाही आणि बापूंनी असं काही करावं अशी कधी आईचीसुद्धा इच्छा नव्हती. भारत एक अखंड देश! अनेक जातींची माणसं आणि अनेक भाषा; पण मराठी वाङ्मयातही पुन्हा हिस्से केले जातात. दलित साहित्य संमेलन किंवा मालवणी साहित्य संमेलन ही अशी वर्गवारीही त्यांना कधी पटली नाही. म्हणूनच ते ह्या संमेलनात किंवा 'अध्यक्षपद' ह्या स्पर्धेमध्ये कधी हिस्सेदार झाले नाहीत. आठवतं ते असं की, एकदाच नाशिकला भरलेल्या साहित्य संमेलनात ते निवडणूक न लढवता 'कथाकथन' ह्या विभागाचे अध्यक्ष झाले होते. पण निर्विवादपणे संपूर्ण संमेलनाचं अध्यक्षपद त्यांनी भूषवलं ते अमेरिकेत झालेल्या साहित्य संमेलनामध्ये! त्यांना इतकं दडपण आलं होतं त्यावेळी; कारण 'भाषण' हा प्रकार त्यांना जमत नाही असं त्यांचं स्वत:चं स्वत:बद्दलचं मत होतं. पण संमेलन नुसतंच चांगलं झालं असं नाही तर भाषणासकट गाजलं.

बापूंना खंत होती, ते नाटककार नाही होऊ शकले म्हणून. 'मीच तुमची वहिदा' नाट्यरूपात त्यांनी लिहिली, पण पहिले दोन अंकच! त्याकाळी नाटक तीन अंकी असायचं. तिसरा अंक– शेवट अजिबात परिणामकारक होत नव्हता. पहिल्या दोन अंकांत जी मजा होती, जी उंची गाठली गेली होती. तिसऱ्या अंकाने एकदम ती मजा, उंची

धापकन खाली येत होती. बापूंनी मग नाटकक्षेत्रात काही प्रयत्न केले नाहीत. तसं त्यांच्या 'मोदी अँड मोदी' ह्या गोष्टीवर नाटक झालं. प्रायोगिक म्हणावं असं किंवा नाटक न म्हणता दीर्घ एकांकिका म्हणता येईल. पण काही प्रयोगच झाले 'मोदी अँड मोदी'चे आणि अगदी ध्यानीमनी नसताना श्री. सुरेंद्र दातार ह्यांनी 'पार्टनर' कादंबरीसाठी विचारणा केली. पार्टनरचं नाटकात रूपांतर झालं. त्याला एक नवीन प्रयोग म्हटलं गेलं. श्री. दिलीप कोल्हटकर ह्यांनी दिग्दर्शन केलं. नाव दिलं, नाट्यांबरी– 'पार्टनर!' पार्टनर म्हणून बापूंनीच काम केलं. क्षमा

राज, प्रमोद पवार, श्री. खानविलकर, श्री. शशी जोशी, आणि सौ. माधुरी भागवत असे इतर काम करणारे होते. नाटक 'व्यवसाय' म्हणून अपयशी ठरलं. पण जितक्या रसिकांनी बघितलं त्यांना ते आवडलं. ह्या नाटकाचे कमीत कमी शंभर प्रयोग तरी करायचेच ही जिद्द खुद्द सुरेंद्र दातार आणि सर्व कलाकारांची होती. उत्पन्न नाहीच झालं म्हणून कलाकारांनी विनामूल्य प्रयोग केले. वेळप्रसंगी पदरचेही घातले. नाटकाने शंभरी गाठली आणि मग नाटक बंद केलं.

नाटक थांबलं; पण ऋणानुबंध संपले नाहीत. ती नाती पुढेही चालू राहिली. अगदी आत्तापर्यंत. माधुरीमावशी घरच्याच झाल्या. भागवतकाकाही. आज ह्या दोहोंशिवाय घरातलं कुठलंही कार्य होत नाही. तशाच स्मितामावशीही आहेत. आजही त्या आमच्यासाठी पुण्याहून येतात. कार्य सिद्धीस नेतात.

बापूंमुळे आम्ही श्रीमंत झालो. ही श्रीमंती पैशांची नव्हे, तर माणसांची! पैशांची श्रीमंती काही काळापुरती, पण माणसांनी दिलेल्या प्रेमाची, आपलेपणाची श्रीमंती जन्मभरची. ह्यांतली काही माणसं मात्र कायमची हरवली. डॉ. पालेकर! काय व्यक्तिमत्त्व! आजही जसेच्या तसे डोळ्यांसमोर उभे राहतात. बापूंना ब्लडप्रेशरचा पहिला ॲटॅक आला. खूपच काळजी करण्यासारखी परिस्थिती होती तेव्हा. कारणही तसंच जबरदस्त घडलं होतं.

ललितकलादर्शचा मला वाटतं वर्धापन दिन होता. त्यावेळेला ती. अण्णांनी पुस्तक लिहिलं होतं, 'ललितकलेच्या सहवासात' आणि त्याच दरम्यान श्री. पेंढारकरांच्या इच्छेनुसार बापू श्री. पेंढारकरांकडे जायचे, त्यांचं आत्मचरित्र लिहिण्यास. त्यांच्या घरून मग ऑफिसात. ऑफिस संपवून घरी. जेवायचं आणि रात्री परत पेंढारकरांकडे. असा त्यावेळचा त्यांचा दिनक्रम होता. रात्री पेंढारकर सर्व माहिती द्यायचे. ती टेप करायची. घरी येऊन ते रेकॉर्डिंग ऐकत ऐकत लिखाण करायचं. लिहून झालेलं सकाळी पेंढारकरांच्या घरी पोहोचतं करायचं. आणि रात्री पेंढारकरांना ते लिखाण पसंत आहे ना, हे बघायचं. त्यांनी लिखाण योग्य म्हटलं, की पुन्हा पुढला भाग पेंढारकर कथन करणार आणि बापू टेप करून घेणार. हे सत्र अखंड पाच ते सहा महिने चाललं होतं.

शेवटी पुस्तक तयार झालं, ‘जपून टाक पाऊल.’

पेंढारकरांच्याच कल्पनेप्रमाणे ती. अण्णांचं , ‘ललितकलेच्या सहवासात’ आणि बापूंचं ‘जपून टाक पाऊल’. ही दोन्ही पुस्तकं एका दिवशी प्रकाशित करायची होती. वडिलांनी लिहिलं संस्थेवरचं पुस्तक आणि मुलाने लिहिलं त्याच संस्थेच्या मालकाच्या जीवनपटावरील पुस्तक! बापूंना अत्यानंद झाला होता. अण्णा आणि ते एकाच वेळी एकाच व्यासपीठावर गौरवले जाणार होते. ‘वडिलांसोबत होणारा गौरव’ ह्याचा आनंद बापूंसाठी अमाप होता; पण श्री. भालचंद्र पेंढारकरांनी आयत्या वेळी ‘जपून टाक पाऊल’चं प्रकाशन होऊ दिलं नाही. त्यांना म्हणे एक परिच्छेद योग्य वाटला नाही. वस्तुत: संपूर्ण पुस्तक त्यांच्याच सांगण्यावरून लिहिलं गेलं होतं. त्यात बापूंनी कुणा इतर मुलाखत घेणाऱ्यासारखं स्वत:चे शब्द त्यांच्या तोंडी घातले नव्हते. रेकॉर्ड केलेल्या कॅसेट्स निर्वाळा देऊ शकत होत्या. बापूंची संपूर्ण मेहनत मातीमोल झाली. बापू हा अन्याय सहन करू शकले नाहीत. ते आतल्या आत जळत राहिले आणि ह्या मन:स्तापाचं रूपांतर हाय ब्लडप्रेशरमध्ये झालं. कुणाच्या तरी ओळखीने डॉ. पालेकर आले आणि बापूंसाठी ते त्याक्षणी देवमाणूस ठरले.

आणि मग डॉ. पालेकर, डॉ. शैला पालेकर, कीर्ती- आरती पालेकर ही मंडळी वपु आणि कुटुंबीयांची झाली. डॉक्टरपेक्षा मैत्रीचं नातं घट्ट झालं. आम्ही तेव्हा मेहता इस्टेटमध्ये राहात होतो. एखादा रविवार ठरायचा. पहाटे लवकर उठवलं जायचं. पालेकर कुटुंब त्यांची लाल रंगाची स्टँडर्ड गाडी घेऊन यायचे. ह्या गाडीचे पुढचे दोन दरवाजे उघडायचे. कारण मागे दरवाजेच नव्हते. ड्रायव्हर शेजारची सीट मिटायची आणि पाठच्या सीटवरून मागे जाऊन बसायचं. मग गाडी भन्नाट वेगाने जुहू बीचवर यायची. दादाला आणि मला, आपण कुठेतरी खूप दूर फिरायला जात आहोत असं वाटायचं. दादरपलीकडे आमची मजल कधी गेलीच नव्हती आणि ६८-६९च्या दरम्यान जुहू बीच दूरच होता. आता माझं घर जुहू बीच पासून तिसाव्या मिनिटावर आहे. त्यावेळी वाहनांची वर्दळ नव्हती. बीच खूपच स्वच्छ होता आणि रस्त्यावरून ह्या टोकापासून त्या टोकापर्यंत खळखळता समुद्र दिसायचा. आता स्टॉल्सच्या रांगेतून

एखादा पाण्याचा तुकडा फक्त दिसतो. डॉ. पालेकरांमुळे विराट समुद्राची गंमत कळली. तसा तर दादरलाही समुद्र आहे. पण जुहू बीच दादरच्या बीचपेक्षा काही वेगळाच वाटायचा. बापूंना पाण्याची भीती वाटायची. त्यांनी मला आणि दादाला पोहायला शिकू दिलं नाही. ते खूपच घाबरत पाण्याला. पण ह्या बीचवर आम्ही दोघं गुडघाभर पाण्यात जात असू. आई वाळूत बसून सर्व वस्तूंची देखरेख करायची. बास्केट भरून काहीबाही खायचे पदार्थ तिने केलेले असत. मग वाळूत बसून त्या पदार्थांचा समाचार घेतला जायचा. थट्टामस्करी, नुसती धमाल. आणि मग ऊन चढायला लागलं की आम्ही परतत असू. संपूर्ण पालेकर कुटुंबाने आम्हा मुलांना पिकनिकची मजा लुटू दिली.

रात्रीचे नऊ-साडेनऊ. एका विशिष्ट पद्धतीने गाडीचा हॉर्न वाजायचा. आम्ही दोघं गॅलरीत धावत जायचो. दादाला व मला डॉ. पालेकरांच्या गाडीचा हॉर्न बरोबर ओळखता यायचा. पाठोपाठ बापू यायचे गॅलरीत. पेठे बिल्डिंग मध्ये काका आणि मावशींचं क्लिनिक आहे. पेशंट्स वगैरे संपवून कधी कधी दोघंही आई-बापूंना भेटायला यायचे. आई-बापू असेच एकदा डॉ. पालेकरांनी बोलावल्यावर घरातल्या साध्या कपड्यात खाली उतरले. काका-मावशी दोघांनीही आई-बापूंना गप्पा मारायला म्हणून गाडीत बसवून घेतलं. दादा आणि मी गॅलरीतून बघत होतो आणि गाडी सुसाट सुटली. आम्हा दोघांना कळलं की आता आई-बापू लगेचच येणार नाहीत. गाडी सुसाट निघाली आणि थांबली सरळ ताज हॉटेलच्या दारात. आई दिवसभराच्या घरच्या चुरगळलेल्या साध्याशा कॉटन साडीत आणि बापू त्या काळातल्या सर्व प्रचलित आणि सर्वसाधारण अशा चट्टेरीपट्टेरी लेंग्यात आणि वर साधासा बनियन. दोघांनाही तशाच अवस्थेत काका आणि मावशींनी ताज हॉटेलात नेलं, कॉफी प्यायला आणि नंतर दोघंही मनमुराद हसत राहिले, 'साला, ताजमध्ये आलाय लेंगा, बनियन घालून!'

अशीच आणखी एक रात्र. वेळ साधारणपणे तीच नऊ-साडेनऊची. हॉर्न वाजतो. दादा धावत गॅलरीत, पाठोपाठ आम्ही. काका-मावशी आई-बापूंना खाली बोलावतात. पूर्वानुभव असतो म्हणून दोघंही ठेवणीतले कपडे घालून तयार होऊन उतरतात. गाडीत बसतात आणि गाडी

सुसाट. कुठे? शिवाजी पार्कवर. काका-मावशी हस हस हसतात. 'बघ, शैला, ह्या लेखकाला बघ. ताजमध्ये लेंग्यावर आला आणि शिवाजी पार्कवर सूटबूट घालून. तेही रात्री दहा वाजता... खो... खो-खो-खो...'

एकदा डॉक्टरांनी बापूंना तंबाखूचं पान खायला घातलं. बापूंना कुठलंच व्यसन नव्हतं. ते साधं मसाला पानही खात नसत. पण डॉक्टरांच्या आग्रहाखातर त्यांनी पान खाल्लं. एक घास चावला आणि त्यांना कळलं पान तंबाखूचं आहे. ते पान खाईनात. तोपर्यंत डॉक्टरांनी गाडीच्या काचा वर केल्या. बापूंना पान थुंकता येईना आणि ते पान गिळतही नव्हते आणि बापूंना जबरदस्त ठसका लागला. श्वास अडकला मग मात्र डॉक्टर स्वत:च घाबरले. ते बापूंना पेठे बिल्डिंगच्या क्लिनिकमध्ये घेऊन गेले. आईला बोलावणं पाठवलं. आई घाबरली होती. बापूंना डॉक्टरांनीच बरं केलं आणि नंतर कधीच ह्या स्वरूपाची चेष्टा केली नाही. पेशंट म्हणून जर त्यांच्याकडे गेले तर त्यांच्या इतका गंभीर मनुष्य सापडणार नाही. एकाच व्यक्तीची ही दोन रूपं! काकांना कॅन्सर झालेला कळला आणि बापू हतबल झाले. काकांचा पूर्ण स्वभावच त्या दरम्यान बदलला होता. चेष्टामस्करी करणारे डॉक्टर ते हेच का? असा प्रश्न पडावा. त्यांना झाडांची, बागेची आवड निर्माण झाली होती. खूप सुंदर बाग त्यांनी तयार केली होती. नियतीची कमाल बघा, कॅन्सर ट्रीटमेंटसाठी अमेरिकेला गेलेले डॉक्टर हार्ट अॅटॅकने जावेत?

बापूंच्या यादीत बरेच डॉक्टर्स आहेत, कारण बापूंनी बी. एम. सी. तर्फे बऱ्याच हॉस्पिटल्सची बांधणी केली. कूपर, भाभा, के. ई. एम. ची नवी इमारत, सायन हॉस्पिटल. डॉक्टरांना स्वत:ची कन्सल्टिंग रूम कशा तऱ्हेची हवी म्हणजे सोयीची वाटेल, ऑपरेशन थिएटर कसं हवं, कुठे हवं? आय सी यू कुठे हवं? जनरल वॉर्डची जागा, टॉयलेट्स, सर्व काही डॉक्टरांच्या आणि पेशंट्सच्या सोयीप्रमाणे बापू प्लॅन्स तयार करत. त्यात त्यांना एक प्रकारचे चॅलेंज वाटत असे. त्याच बरोबरीने बिर्ला मातोश्री सभागृह उभारतानाही त्यांना एक वेगळ्या तऱ्हेचा आनंद मिळत होता. दीनानाथ नाट्यमंदिरचं बांधकाम चालू असताना तर मी बापूंबरोबर बरेच वेळा त्या साईटवर गेल्याचं आठवतं. दीनानाथचं बांधकाम मी स्टेप बाय स्टेप बघितलं आणि आनंदाची गोष्ट म्हणजे ह्या

दोन्ही थिएटर्समध्ये बापूंचे कार्यक्रम झाले. अगदी हाऊसफुल्ल! कलात्मक प्लॅन्स आणि जिद्दीनं ते पूर्ण केलेले. आज बापूंचं नाव ह्या कुठल्याही हॉस्पिटलच्या इमारतींवर किंवा थिएटर्सवर लिहिलेलं नाही. खूप जणांना हे माहीतही नसेल; पण वास्तू पूर्ण झाल्याचा आनंद आणि ती वास्तू योग्य तऱ्हेने बांधली गेल्याचं समाधान मी बापूंच्या चेहऱ्यावर बघितलं आहे; पण जेव्हा ह्या डिपार्टमेंट मधून त्यांची बदली केली गेली तेव्हा मात्र ते खूप कष्टी झाले. केवळ असूयेमधून ही वागणूक त्यांना मिळाली होती. ठोकळ्यांसारख्या इमारती बांधण्यात त्यांना काही चॅलेंज वाटत नव्हतं. त्यांनी राजीनामा दिला. ते राजीनामा देऊ शकले, कारण तोपर्यंत कथाकथन आणि लेखनाद्वारे बऱ्यापैकी उत्पन्न व्हायला लागलं होतं. जिथे एका कार्यक्रमाचे पन्नास रुपये मिळायचे, तिथे त्यांच्या अथक मेहनतीमुळे आणि कथनाच्या शैलीमुळे एका कार्यक्रमाचे अडीच हजार मिळू लागले होते. जी लोकं बापूंचे कार्यक्रम घेत होती त्यांनाही बापूंना एवढी रक्कम देणं सोपं जात होतं. कारण त्यांना मानधन फक्त एका व्यक्तीला द्यावं लागायचं. नाटकासारखं हे नव्हतं. कधी कधी तर नाटकांपेक्षाही बापूंच्या कार्यक्रमाला जास्त बुकिंग व्हायचं. बापूंनी राजीनामा दिला; पण इतकी वर्ष डॉक्टरांच्या संपर्कात घालवली, त्या मैत्रीला राजीनामा देण्याचा प्रश्न आला नाही. डॉ. श्रीखंडेही, अगदी अशाच अनेक डॉक्टर्सपैकी!

डॉ. श्रीखंडे, अतिशय शांत, मधुर व्यक्तिमत्त्व! बापूंना वैद्यकीय ज्ञानाची नेहमीच उत्सुकता होती. डॉक्टरांच्या संगतीत राहून ते निम्मे डॉक्टर झालेच होते. त्यांना हाय ब्लडप्रेशरचा त्रास होता, म्हणून त्यांनी एक स्टेथोस्कोप आणि स्पीग्मो मॅनोमीटर (ब्लडप्रेशर बघायचं मशीन) घरीच आणून ठेवलं होतं. त्यांना जरा अस्वस्थ वाटायला लागलं की ते स्वत:च ब्लडप्रेशर तपासायचे. औषधं घ्यायचे. त्यांना पारा आणि हार्ट बिट्सचं नातं कसं कळायचं? स्वत:च इंजेक्शनही घ्यायचे. वेळी-अवेळी धावपळ नको असंही वाटलं असेल. ह्या शिक्षणाची आवड कशी, केव्हा निर्माण झाली माहिती नाही. पण ते एकदा डॉ. श्रीखंड्यांना म्हणाले,

'मला ऑपरेशन बघायचं आहे. मी येऊ का ऑपरेशन थिएटरमध्ये?'

डॉ. श्रीखंडे म्हणाले, ‘तुम्हाला ते रक्त बघवणार नाही. तुम्ही फार भावनाप्रधान आहात!’

‘मला तुमचं स्किल बघायचं आहे.’

‘चला.’

बापूंना हिरवा गाऊन, मास्क आणि थिएटरच्या वेगळ्या स्लीपर्स दिल्या गेल्या. ऑपरेशन सुरू झालं. निम्म्यावर ऑपरेशन झालं आणि वीज गेली. पेशंटला ओपन केलेलं आणि लाईट्स नाहीत. डॉ. श्रीखंडे पेशंटला तसंच सोडून थिएटरच्या बाहेर गेले आणि पाच-सात मिनिटांनी परत आले. बापूंना टेन्शन आलं. पण डॉक्टरांनी ऑपरेशन पुरं केलं. डॉ. श्रीखंड्यांनी बापूंना विचारलं,

‘कसं वाटलं ऑपरेशन? मला वाटलं होतं तुम्ही बघू नाही शकणार. पण...’

‘हिय्या केलाच होता. वाईट वाटणार नसेल तर फक्त एकच विचारायचं आहे.’

‘बोला ना!’

‘लाईट्स गेल्यावर तुम्ही पेशंटला तसंच सोडून बाहेर गेलात. त्या दरम्यान पेशंटचं काही बरं वाईट झालं असतं तर?’

‘नसतं झालं. मला कल्पना होती पेशंट कुठल्या स्टेजमध्ये आहे त्याची. त्याचं काय आहे वपु, लाईट्स गेल्याचं टेन्शन पेशंटला नाही, कारण तो जाणिवेच्या पलीकडच्या अवस्थेमधे असतो. त्या पेशंटचे नातेवाईक बाहेर बसले होते. लाईट्स गेल्याचं टेन्शन त्यांना जास्त होतं. म्हणून मी थिएटरबाहेर जाऊन त्यांना भेटलो. दिलासा दिला की लाईट्स नसले तरी पर्यायी सोय आहे आणि पेशंट व ऑपरेशन व्यवस्थित चालू आहे. त्यांनी काळजी करू नये. बेशुद्ध माणसापेक्षा शुद्धीत असलेल्यांना जास्त सांभाळावं लागतं अशा वेळेस.’

बापू घरी आले ते भारावलेल्या मन:स्थितीतच. ते आईला म्हणाले, ‘पेशंटची जितकी काळजी एक डॉक्टर घेतो तितकीच त्याच्या नातेवाइकांची काळजी एक ‘माणूस’ घेतो. मला डॉ. श्रीखंड्यांमध्ये दोघंही भेटले. डॉ. श्रीखंडे व्हायचं असेल तर एक पायरी वर चढायला हवी. म्हणजे त्यांच्या विचारांसारखे विचार आणि कृती आपल्याला

करता येईल.’ बापूंचा हा गुण होता. समोरच्या व्यक्तीतलं जे जे काही चांगलं असेल ते ते टिपण्याचा, त्याचं कौतुक करण्याचा.

हे कौतुक अगदी भरभरून व्हायचं. मला आठवतं, वहिनीने साधी भाजी जरी चविष्ट केली, तरी ते लगेचच तिच्यासाठी काही ना काही घेऊन येत आणि हे काही ना काही म्हणजे कधी सोन्याचे कानांतले, तर कधी साडी, तर कधी पर्स. असं काहीही असायचं. जेवणातला एक पदार्थ चविष्ट झाला तर त्याचं कौतुक ह्या पद्धतीने करणारा सासरा मी तरी बघितलेला नाही. तसं तर आईचंही खूप कौतुक केलं त्यांनी. बापूंची स्कूटर होती बी. एम. डब्ल्यू. ६९० लॅम्ब्रेटा. व्हेस्पा मॉडेल त्यांना कधी आवडलं नाही. ती स्कूटर कायम चिडून फुगून बसल्यासारखी वाटायची त्यांना! बापू स्कूटरवरून ऑफिसला जात. वाटेत असंख्य दुकानं दिसत. साड्यांच्या दुकानाबाहेर आज टांगलेल्या असतात तशा त्याहीवेळी साड्या टांगलेल्या असायच्या. स्कूटरवरून जाता जाता कधी तरी एखादी साडी त्यांना आवडायची. स्कूटर पार्क व्हायची. दुकानात गेल्यावर बापू सांगायचे,
‘ये साडी दिखाव.’ बापूंना राष्ट्रभाषा कधी जमली नाही. काही वेगळाच उच्चार करायचे.
‘कितनेकु दिया?’

मग किंमत कळायची. जवळ तेवढे पैसे असेल तर....
'दे दो...' म्हणायचे. नसतील तर पुन्हा कधी तरी.
असंच स्कूटरवरून जाता जाता साडी दिसायची.... घेतली गेली तर आनंदाने आईला दिली जायची. त्याक्षणी आईचा चेहरा बघण्यासारखा असायचा. एक तर बापूंनी साडीसाठी पैसे खर्चायला तिला नको असायचे आणि त्यांनी आणलेली साडी तिला कधीही आवडायची नाही. 'काय झालंय काय तुमच्या चॉईसला?' असा तिचा चेहरा. त्यांनी साडी दिली रे दिली की लगेचच दुसऱ्या दिवशी ती त्या दुकानात जाऊन साडी बदलून आणायची. पण बापूंनी साडी आणणं सोडलं नाही आणि आईने साडी बदलून आणणंही सोडलं नाही. मला राजनने आणलेली साडी पसंत नाही पडली एकदा आणि मी ती बदलून आणली तर पुढे त्याने माझ्यासाठी साडी आणणंच सोडून दिलं. किती फरक बापू एक नवरा आणि राजन एक नवरा म्हणून! पण राजनचं बरोबर आहे. त्याने प्रेमाने आणलेली साडी मी बदलली म्हणूनच तो साडी आणणं विसरून गेला. सर्वसाधारण हीच प्रतिक्रिया अपेक्षित आहे.

साडीवरून मला अजून एक प्रसंग आठवतो. हा प्रसंग माझ्या संदर्भातला आहे. सौ. विजया राजाध्यक्ष ह्यांची कन्या राधा आणि मी मैत्रिणी. आम्ही दोघी दादरला काही कामानिमित्त गेलो होतो. असंच बघता बघता एका दुकानात शिरलो. साड्या बघायला लागलो. त्या काळात 'शिफॉन' नव्यानेच मार्केटला आलं होतं. शिफॉनची प्लेन साडी. लाल गर्द रंग. दोघींनाही तीच साडी आणि तोच रंग आवडला. साडीची किंमत होती पंचाण्णव रुपये. त्र्याहत्तर सालातले पंचाण्णव रुपये! आम्ही घरी आलो. डोळ्यांसमोरून साडी हलत नव्हती. घरात आई नव्हती. बापूंचं लिखाण चालू होतं. सांगू, नको सांगू असा विचार करत करत बापूंना म्हणालेच शेवटी, 'बापू मी आणि राधा दादरला गेलो होतो. आम्हा दोघींनाही एकच साडी आवडली. ती साडी राधा घेणार आहे, पण मलाही हवीशी वाटते.'
'घेऊ या.'
'बापू, साडी महाग आहे.'
'कितीची?'

‘पंचाण्णव रुपये.’
‘बरं. घेऊ.’
‘खरंच?’
‘हो.’
‘मग राधाने साडी घेण्याआधी मला साडी हवी. चालेल?’
‘चल.’
मी उड्या मारायचीच बाकी होते इतका आनंद झाला होता. आम्ही निघालो. बापूंनी स्कूटर उलट्या दिशेला नेली.
‘बापू, इथे कुठे?’
‘अरुणभैय्यांकडे एक काम आहे, ते करू आणि जाऊ.’

मी अरुण दाते ह्यांच्या बिल्डिंग खाली उभी. तेव्हा ते एम. आय. जी.त वास्तव्याला होते. साहित्य-सहवास पासून दहा मिनिटांवर. बापू आले आणि आम्ही दादरला गेलो. माझी पसंती बापूंनाही पसंत पडली. साडी घेऊन घरी आल्या आल्या मी राधाला बातमी दिली. कृतार्थ झाले होते. ती माझी पहिली साडी. नंतर अनेक मिळाल्या-घेतल्या; पण त्या साडीचं अप्रूप काही वेगळंच.

कालांतराने मला अचानक एक गोष्ट कळली– बापूंनी न सांगताही. त्या दिवशी बापू अरुणभैय्यांकडे शंभर रुपये मागायला गेले होते. ते पैसे परत करायला मध्ये महिना जावा लागला. केवळ माझी आवड आणि अट्टाहास पूर्ण करण्याकरिता त्यांना दुसऱ्यांसमोर हात पसरावे लागले. मला जर कल्पना असती की, बापूंजवळ पैसे नाहीयेत तर मी खचितच तसा हट्ट धरला नसता. बापूंनी कसलीही जाणीव होऊ दिली नाही आणि माझा आनंद समाधानाने बघत राहिले! ह्या प्रसंगानंतर मला वाटतं, माझा हट्ट संपला पण बापूंचं देणं संपलं नाही. बापू असे होते. ते सर्वसामान्य नव्हते. म्हणूनच आईने कितीही वेळा जरी त्यांची पसंती नापसंत केली तरी ते कधी रागावले नाहीत. ते तिच्यावर प्रेमच करत. ते मिळेल त्या मार्गाने त्यांचं वसुंधरेवरचं प्रेम दर्शवत गेले.
आईला कुल्फी अतिशय प्रिय. एकदा मी, दादा, आई, बापू आणि श्रीमामा समुद्रावर गेलो होतो. तिथे कुल्फीवाले फिरतच असतात. तसे फिरत होते. आरोळी, ठोकत होते. ‘कुल्फी ऽ ऽ ऽ भो ऽ ऽ ऽ रं!’

आईने कुल्फी घेतली आणि त्या कुल्फीवाल्याची मुलाखत घेऊ लागली.
'तुम्ही घरीच करता कुल्फी?'
'हो.'
'कोण करतं?'
'आम्हीच.'
'कुठले राहणारे?'
'भोरचे आम्ही.'
'तुम्ही रोज भोर वरून येता इथे?'
आईच्या या प्रश्नावर मामा आणि बापू खो खो हसत सुटले. तेव्हापासून कुल्फी म्हटलं की भो ऽ ऽ ऽ र असं दोघं म्हणू लागले. पिस्ता कुल्फी तिची सर्वात आवडती. वांद्र्याला सोसायटीच्या समोरच्या नाक्यावर कुल्फीवाला असतो, आजही. खूप वेळा दादा किंवा बापू केळीच्या पानात बांधलेली पिस्ता कुल्फी आईकरता घेऊन यायचे. नंतर नंतर तर जी अगदी जवळची अशी माणसं झाली होती ती सुद्धा आईसाठी कुल्फी आणायची.

बापूंचं हे एक छान होतं. जी जी माणसं त्यांना भेटली, ती ती माणसं बापूंनी आम्हालाही भेटवली. इतकंच नाही, तर बापूंनी त्या माणसांना इतर माणसांशीही भेटवलं. हा परीघ वाढतच गेला. त्यात कलेची आवड आणि रसिकता असल्यामुळे मोठमोठे गायक, संगीतकार, लेखक, कलावंत आणि कवी, चित्रकारही होते. मेहता इस्टेटमधून

साहित्य सहवासमध्ये राहायला आलो. आम्हा मुलांच्या राहणीमानात फरक पडला; पण आई जशी होती तशीच राहिली. संध्याकाळी सोसायटीतल्या बायका गप्पा मारायला कट्ट्यावर किंवा टाकीच्या बैठकीवर येऊन बसायच्या. भिशी चालायची सोसायटीत. सुरुवातीला आईने सहभाग घेतला पण ती त्यात रमली नाही. गॉसिप हा प्रकार तिला कधी रुचलाच नाही. म्हणूनच कदाचित तिला मैत्रिणी नव्हत्या. तरी ती तिच्या संसारात रममाण झाली होती म्हणूनच तिला मैत्रिणी नसण्याची कमतरता जाणवलीच नाही. त्यात येणारे-जाणारे, सतत राबता असायचाच.

एकदा श्री. वसंतराव देशपांडे रात्री अगदी अचानक आले आणि न भूतो न भविष्यति अशी छोटीशी मैफिलच जमली. आम्ही घरातलेच होतो सर्वजण! पण रंग चढत गेला. 'श्रोते किती?' हा प्रश्न नसून 'श्रोते कसे?' हे उत्तर होतं. मंत्रमुग्ध होणं म्हणजे काय, हे मी अनुभवत होते. आईने 'जेवायला काय आवडेल?' असं विचारलं. 'पिठलं भाकरी' असं वसंतरावांनी उत्तर दिलं आणि पुढे म्हणाले, 'झणझणीत खर्डा.' आईने भरली वांगी, पिठलं, भाकरी केलं. तिने तिच्या पद्धतीने खर्डा केला. वसंतराव अगदी आवडीने जेवले. आईला म्हणाले, 'तुम्ही सुग्रण आहात. वसुंधरा म्हणजे पृथ्वी, जी भरभरून देते. तुम्हीही असंच आज जेवणाने तृप्त केलंत. पण खर्डा मात्र जमला नाही. मी सांगू, कसा करायचा?'

आई वसंतरावांच्या कौतुकाच्या शब्दांनी किंवा त्यांच्या वास्तव्यानेच भारावून गेली होती. तिला 'काय बोलू!' असं झालं होतं. वसंतराव सांगू लागले,

'तिखट मिर्च्या घ्यायच्या. आता कोळश्याच्या शेगड्या राहिल्या नाहीत, पण आपल्या शेगडीवर भाजायच्या. अगदी खरपूस. मग त्या तशाच ठेचायच्या. काळं मीठ आणि भाजलेल्या धण्याची पावडर करून त्या मिर्च्यांवर पसरायची. लिंबू पिळून त्या कुस्करायच्या. बघा असा खर्डा खाऊन!'

*'तेजोनिधी लोहगोल*
*भास्कर हे गगनराज'*

असं सुरेल गीत गाणारे वसंतराव खर्डा कसा करायचा, हे सांगत होते. त्यांच्या आवाजात विजेचा लखलखाटही होता आणि भावनेचा चिंबं ओलावाही होता.

नुकतीच एक घटना घडली. श्री. यशवंत देव यांच्या पंच्याहत्तरीनिमित्ताने दीनानाथ नाट्यमंदिरमध्ये 'यशवंत आनंद' हा कार्यक्रम साजरा झाला. श्री. शंकर वैद्य, श्री. पाडगावकर, आशाताई भोसले, श्री. श्रीधर फडके अशी मान्यवर मंडळी होती. श्री. यशवंत देव आणि सौ. करुणा देव ह्यांचा सत्कार करण्यात आला. मी ह्या नामवंतांना

भेटायला विंगमध्ये गेले. श्रीधरजींना विनंती केली, 'आशताईंना भेटायची इच्छा आहे.' त्यांचं चहापान चाललं होतं. श्रीधरजींनी आशाताईंना सांगितलं, 'ही वपुंची मुलगी– स्वाती.' मी वाकून नमस्कार केला. आशाताई पटकन म्हणाल्या, 'अगं, तुझ्या आईच्या हातच्या गुळाच्या पोळ्या मी कधीच विसरणार नाही. बरं का श्रीधर, मी आणि वपु कुठल्यातरी कार्यक्रमात एकत्र होतो. कार्यक्रम संपल्यावर वपुंनी विचारलं, 'घरी येता?' मी 'हो' म्हटलं. वसुंधराबाईंनी गरम गरम गुळाची पोळी साजूक तुपाबरोबर खायला दिली. आजही चव आठवते!'

मला काय झालं असेल त्याक्षणी? मी गेस्ट रूमबाहेर आले आणि भरपूर रडून घेतलं. केव्हाची आठवण सांगत होत्या आशाताई? आईला जाऊन आज सोळा वर्षं झाली. त्या अगोदर सात-आठ वर्षं ती आजारी होती. म्हणजे त्या सांगत होत्या ती आठवण १९८१-८२ च्या दरम्यानची! चोवीस-पंचवीस वर्षांपूर्वीची! म्हणजे आशाताईंच्या स्मरणशक्तीची कमाल आहे आणि कमाल आहे आईच्या पाककौशल्याची! लाखो जणांना आशाताई भेटत असतील. ठिकठिकाणी वेगवेगळे पदार्थ त्यांनी खाल्ले असतील. सतत व्यग्र राहणाऱ्या या महान गायिकेने आईच्या गुळाच्या पोळीची आठवण ठेवावी? इतकी वर्षं? व. पु. काळे लक्षात राहतीलच, कारण त्यांचं साहित्य आहेच तसं; पण माझी साधीसुधी आई लक्षात राहण्यासारखी होती. हे आम्हा मुलांना आईबद्दल कायमच वाटत आलं आहे; पण अभिमान वाटला जेव्हा आशाताईंच्या लक्षात आमची आई राहिली!

तसं बघायला गेलं तर स्वादिष्ट पदार्थ बनवणाऱ्या सुग्रणींची वानवा नाहीये. आज उत्तम स्वयंपाक बनवणाऱ्या अनेक बायका मलाही माहीत आहेत आणि आज स्वयंपाकाच्या कलेवर म्हणजे 'पाककलेवर' अनेक पुस्तकंही उपलब्ध आहेत. मला लग्नात आहेर म्हणून कुणीतरी 'रुचिरा' पुस्तक दिलं होतं. पुरुष तर ह्या क्षेत्रात अग्रगण्य आहेत. कुठल्याही फाईव्ह स्टार हॉटेल मधले बावर्ची पुरुषच आहेत. फाइव्ह स्टार हॉटेल ते रस्त्यावरच्या वडा-पाव, डोसा, इडली, पाणीपुरी वगैरे गाड्यांचे बावर्ची पुरुषच आहेत. मग आईचं वेगळेपण काय?– एकच. ती जे काही करायची ते मनापासून, न चिडता, न कंटाळता, तेही सातत्याने

आणि दुसरी गोष्ट म्हणजे ते पदार्थ भरभरून खाऊ घालण्याची तिची आवड.

मला आमच्याकडे येणाऱ्या अशाच एक बाई आठवतात. त्यांना खाऊ-पिऊ घालायची भारी आवड होती. त्यांच्या अति आग्रहाने आम्ही त्यांच्याकडे जेवायला गेलो. बाई मनाच्या खूप सरळ, प्रेमळ. त्यांनी अगदी अगत्याने आमचं स्वागत केलं. आम्ही जेवायला बसलो. ह्या बाईला स्वत:च्या पाककौशल्याचं खूप कौतुक होतं. एक-एक पदार्थ खाता खाता त्यात काही ना काही कमी-जास्त असल्याचं जाणवत होतं. बाईंना खूप उत्साह वाटत होता, आनंद होत होता, अपेक्षेने त्यांनी विचारलं, 'कसं झालंय जेवण?' आई-बापू म्हणाले, 'छान आहे. उत्तम.' पण त्यांचाच मुलगा म्हणाला, 'आई, कोथिंबीर वडी जरा खारट झाल्ये आणि जास्त तळली गेल्ये!' बाई म्हणाल्या, 'अहो, माझी आत्या आहे ना, तिच्या मिस्टरांच्या, बहिणीच्या मुलीला अगदी अश्शीच आवडते कोथिंबीर वडी. म्हणून तशी केलीय...'
त्यानंतर कुणाच्याही घरातला कुठलाही पदार्थ जर बिघडला तर आम्ही म्हणत असू, 'माझ्या मावशीच्या मिस्टरांच्या आजोळच्या आप्पांना अगदी अस्संच आवडतं!'

आईने जेवण कधीही चव घेत घेत केलं नाही. पदार्थ शिजवताना जो दरवळ येतो, त्यावरून तो पदार्थ चांगला झालाय ना हे ती ओळखायची. तो दरवळ हेच तिचं परिमाण होतं आणि एक दिवस ती हे परिमाणच हरवून बसली. त्या अगोदरच बरेच महिने ती आम्हाला विचारायची, 'तुम्हाला कुठला उग्र वास येतोय का?' आम्ही 'नाही' म्हणायचो. मग एक दिवस तिने सांगितलं की त्या उग्र वासाने तिचं डोकं खूप दुखायला लागलंय. इ. एन. टी. स्पेशॅलिस्टकडे तिला नेलं. पण सर्व नॉर्मल रिपोर्ट्स आले. नंतर ती म्हणाली, 'मला जो उग्र वास यायचा ना, तो आता बंद झालाय. मला बरं वाटतंय.' मग हळूहळू तिच्या लक्षात आलं की तिला आता कसलेच वास येत नाहीत. पंचेंद्रियांपैकी एक ज्ञानेंद्रिय कायमचं संपुष्टात आलं. हसून म्हणाली, 'बरं झालं, आता मी धारावीतून गेले तरी मला त्या घाणेरड्या वासाचा त्रास होणार नाही.' हे असं का झालंय, हे तेव्हा समजलं नाही आणि जेव्हा

समजलं तेव्हा खूप उशीर झाला होता. ब्रेनमध्ये वाढणाऱ्या ट्यूमरने तिच्या सुगंधाची-वासाची जाणीव करून देणाऱ्या नसा व्यापून टाकल्या होत्या. आम्ही म्हणालो, 'अण्णांची तू खरंच लाडकी सून होतीस. त्यांनाही वयोमानामुळे वास येणं बंद झालं होतं. तसंच तुझंही झालं. त्यांनी त्यांचा वसा तुला दिला.' ती त्यावर छान हसायची.

ती जशी छान हसायची तशीच ती कधी कधी अस्वस्थही असायची. म्हणायची, 'मला माझा असा पैसा नाही.' बापू म्हणायचे, 'सर्व पगार तुझ्याच हातात तर देतो. कार्यक्रमाचं मानधनाचं पाकिटही जसंच्या तसं तुझ्या हवाली करतो. कधी हिशोब विचारत नाही. 'एखादा खर्च का केलास?' असा जाब विचारत नाही. जे काही आहे ते सर्व तुझंच आहे.' हे सर्व खरं होतं. बापू खरंच असंच करायचे. पण तरीही तिला रुखरुख असायची. ती काही कमावत नाही. तिला तिचा असा पैसा नाही. आईच्या या इनसिक्युरिटीमुळे

बापूंना कधी कधी प्रश्न पडायचा. नक्की काय करू? वहिनी नोकरी करणारी. दादा आणि वहिनीला बघितल्यावर बापूंना वाटायचं, स्त्रीने कमावतं असू नये. त्यामुळे वर्चस्व किंवा 'स्व' हा संसारासाठी घातकारक ठरू शकतो आणि मला आणि राजनला बघितल्यावर बापूंना वाटायचं मी नोकरी करणारी किंवा कमावती व्हायला हवी. नाही कमवत तर ते संसारासाठी घातकारक ठरू शकेल. बरेचदा ते मला म्हणायचे, 'वहिनी नोकरी करते म्हणून चिंता आणि तू करत नाहीस म्हणून चिंता!' म्हणजे स्त्रीने कसं असायला हवं? आईची इनसिक्युरिटी बेसलेस होती. पण तरी ती होती. ती बरेच वेळा म्हणायची, 'वपु, मी तुमच्यावर पुस्तक लिहिणार आहे.' बापू म्हणायचे, 'खुशाल लिही. आपण छापू.' पण तिने वपु मधला 'व'ही कधी लिहिला नाही. मला 'नाच गं घुमा' किंवा 'आहे मनोहर तरी' वाचल्यावर आईच्या या वाक्याची आठवण येत राहते. काय लिहिलं असतं तिने? काय असं होतं तिच्या मनात? कारण मी बापूंना 'वडील' ह्या नात्याने, माझी व दादाची मुलं 'आजोबा' ह्या नात्याने, रसिक 'लेखक' ह्या नात्याने ओळखतो. पण 'नवरा' म्हणून आईच ओळखते किंवा असंही असेल की, सर्वसाधारण घरातून वाढलेली आई नावारूपाला आलेल्या माणसाची पत्नी म्हणून तिला ते अनपेक्षित सन्मानाचंही वाटत राहिलं असेल.

पण आईची एक तक्रार मात्र अगदी रास्त होती. बापूंच्या नावीन्याच्या आवडीने ती बेजार व्हायची. त्यांचं डोकं, त्यांचे विचार सतत काही तरी शोधत असायचे. घरातल्या सुखसोयींचा विचार ते आर्किटेक्ट असल्यामुळे सातत्याने करत राहायचे. कमीत कमी जागेत जास्तीत जास्त सामान कसं मावू शकेल, शिवाय गर्दीही वाटणार नाही, ह्याचा विचार चालू असायचा. वर्षाकाठी एकदा तरी घरात काही ना काही सुतारकाम, ठाकठोक चालू असायची. कुठे ड्रॉवर्सच कर, तर कुठे कपाटातले कप्पे वर-खाली कर. कुठे स्क्रू मार. चालूच. घरात सुतारकामाची सर्व अवजारं होती. अगदी ड्रिलिंग मशीनसुद्धा! आम्ही मेहता इस्टेटमध्ये राहात होतो तेव्हापासून प्यारेलाल नावाचा सुतार यायचा. झपुर्झा, साहित्य-सहवासमध्ये राहायला आलो तरी तो येत राहिला. तो असा एकदम दीनवाणा चेहरा करून यायचा. कॉटच्या

कोपऱ्यावर कमीत कमी जागेत बसायचा. त्याचा असा अवतार बघितला की आलीच बापूंना दया. मग केव्हातरी काहीतरी विचार केलेला असायचा बापूंनी की घरात अमुक एक करू. पण पैशांअभावी केलेलं नसायचं. ते काम बापू काढायचे. मग तो प्यारेलाल आणि ते. चालू व्हायचं. जिथे तीन-चार स्क्रूचं काम असायचं तिथे ते बारा-पंधरापर्यंत जायचं. प्यारेलाल ॲडव्हान्स घेऊन जायचा आणि त्याचे दोन साथीदार दिवसभर ठोकठोक करत राहायचे. मग त्यांचं चहापाणी आई करायची. बापूंचा उत्साह बघायला नको. काय काय कल्पना सुचायच्या आणि ते काय काय करून घ्यायचे. त्या प्यारेलालने सायकलपासून मोटारसायकलपर्यंत प्रगती केली. आई म्हणाली, 'सायकल त्याने घेतली ती आपल्या चाळीतल्या घराच्या कामावर आणि मोटारसायकल घेतली ती आपल्या झपुर्झातल्या कामामुळे.' ज्या दिवशी त्या सुतारांचा दहा-पंधरा दिवसांचा मुक्काम घरातून हलायचा तेव्हा ती सुटकेचा श्वास सोडायची आणि नंतर जे कुणी पाहुणे येतील त्यांना घरातले नवीन बदल तीच उत्साहाने दाखवायची.

खरं तर हे बदल गरजेनुसार होत असत; पण बापूंसमोर मात्र ती म्हणायची, 'एवढे आर्किटेक्ट आहात, तर एकदाच जे काय बनवायचं ते का नाही बनवू शकत? शंभरदा अदला-बदल करावी लागते. कुणी केलं तुम्हाला आर्किटेक्ट, बघायला हवं.' आणि त्यांच्या अपरोक्ष मात्र त्यांच्या कल्पनांचे गुणगान गायची.

बापूंना वाटायचं, 'प्रत्येक जागेला वस्तू हवी तशी प्रत्येक वस्तूला तिची अशी जागा हवी.' पण प्रत्यक्षात अगदी असंच असं घडलं नाही. एक बेडरूम, हॉल, किचन! चाळीतल्या दीड खोलीपेक्षा हे घर सुरुवातीला खूप मोठं वाटलं. पण कालांतराने लहान पडू लागलं. हॉल– दिवसा हॉल आणि रात्री बेडरूम अशी दुहेरी भूमिका बजावायचा. त्यामुळे आमची ॲरेंजमेंट अशी राहू शकली नाही. गॅलरीत बापूंचं रायटिंग टेबल आणि छोटंसं कपाट. इथेही त्यांना लिखाणासाठी शांतता किंवा स्वत:ची एक खोली अशी मिळाली नाही. पण त्यांनीही तशी आवश्यकता भासू दिली नाही. मी इतर लेखकांची घरं बघत होते. सौ विजया राजाध्यक्ष, श्री. मं. वि. राजाध्यक्ष, श्री. गंगाधर गाडगीळ, ह्यांची घरं दोन

बेडरूमची होती आणि त्यांचं जेव्हा लिखाण चालू असेल तेव्हा कुणीही त्यांना त्रास द्यायचा नाही, व्यत्यय आणायचा नाही असा शिरस्ता होता. कुणीही म्हणजे अगदी त्यांच्या मुलांनी सुद्धा. श्री. मधुकर तोरडमल, श्री. मधुसूदन कालेलकर, श्री. अरविंद गोखले, श्री. प्रभाकर पेंढारकर, श्रीमती शांताबाई शेळके, श्री. विंदा करंदीकर, श्री. कर्णिक, श्री. रमेश तेंडुलकर असे साहित्यिक साहित्य सहवासमध्ये होते.

माझं छानसं नातं श्री. अरविंद गोखल्यांशी जुळलं. म्हणजे अगदी ते मला मैत्रीण म्हणायचे. मी वय वर्ष चौदा-पंधरा आणि ते जवळ जवळ पन्नाशीचे. पण गप्पा छान आठवतात मला त्यांच्या! सौ. विजया राजाध्यक्षमावशींकडे त्यांची स्वत:ची अशी खूप छान लायब्ररी होती. पुस्तकं वाचण्याचा नाद मला ह्याच दरम्यान लागला. त्या मला पुस्तकं वाचायला देत. 'मृत्युंजय' मी प्रथम वाचलं, ते त्यांच्यामुळेच. मग नंतर तर पारायणं केली.

श्री. विंदा करंदीकर चौथ्या मजल्यावर राहतात. झपुर्झा बिल्डिंगसमोर आनंदवन बिल्डिंग! पूर्वीचं बांधकाम आहे, त्यामुळे घरं उंच आहेत. आता सिलिंग दहा फुटी असतं जमिनीपासून, पूर्वीची घरं बाराफुटी उंचीची. त्यामुळे एक मजला म्हणजे बरंच चढायला लागायचं. सोसायटीत रोज सकाळी नऊ-साडेनऊच्या सुमारास भाजीवाला यायचा. नेहमीच्या शिरस्त्याने तसा त्या दिवशीही तो आला होता. विंदाकाका खाली उभे होते भाजीच्या गाडीजवळ आणि चौथ्या मजल्यावर करंदीकर काकू गॅलरीत उभ्या होत्या. त्या एकेका भाजीचे भाव विचारत होत्या आणि खणखणीत आवाजात विंदाकाका त्यांना भाव सांगत होते. करता करता भेंडीचा भाव काकूंनी विचारला, तर काका तितक्याच खणखणीत आवाजात ओरडून म्हणाले, 'अग सुमे... दहा रुपये किलो म्हणतोय भें ऽ ऽ ऽ डी!' बापू व मी ब्रेकफास्ट करत होतो, चहा पिताना बापूंना खूप हसू आलं आणि जोरदार ठसका लागला. असे विंदाकाका. कायम पांढरा लेंगा आणि पांढरी बंडी घालून असायचे आणि त्यांनी त्यांच्या घरात म्हटलेल्या कविता आम्हांला अगदी शब्द न् शब्द ऐकू यायच्या. त्या काव्याने आम्ही तल्लीन होत असू. मग बापू त्यांना फोन करत.

पुन्हा फोनवर कविता म्हणायला लावत.

आमच्याच बिल्डिंगमध्ये पहिल्या मजल्यावर श्री. उकिडवे राहतात. एकदा डॉ. पालेकर आले होते घरी. हास्यविनोद, खाणं-पिणं झालं आणि ते निघाले. त्यांना खालपर्यंत बापू पोहोचवायला उतरले. 'श्री. उकिडवे' ही दारावरची पाटी वाचून काका अगदी सहज बोलून गेले. 'हे सरळ कधी होणार?' बापूंनी कपाळावर हात मारला. आम्ही नुकतेच राहायला गेलो होतो. तशी कुणाशी ओळख वगैरे झाली नव्हती. बापूंना चिंता वाटत होती उकिडव्यांच्या घरी कुणी हे ऐकलं तर? आणि हा विचार त्यांच्या मनात येईयेईपर्यंत उकिडव्यांचं दार उघडलं आणि उकिडवेकाका म्हणाले, 'काळजी करू नका. आमचं झालं की होऊ सरळ!' बापू गोरेमोरे झाले; पण पालेकरकाकांनी त्यांना शेकहँड केला, हसले. गप्पा मारल्या, स्वत:ची ओळख करून दिली.

ह्याच कॉलनीत एक साहित्यिक जन्मला. कुरळ्या केसांचा, गोरा, गोरा, गुबरू, गुबरू. ह्याच्या लिखाणाची पद्धत इतर तमाम साहित्यिकांपेक्षा सर्वस्वी भिन्न होती. त्या लेखकाचा कागद म्हणजे हिरवं गर्द पटांगण, ह्याची लेखणी म्हणजे बॅट आणि त्याने जे लेखन केलं ते वर्ल्ड रेकॉर्ड झालं. हा मशहूर झाला तो संपूर्ण जगात, 'सचिन रमेश तेंडुलकर' ह्या नावाने. हे नाव दुमदुमतच राहणार आहे. त्या लहानखुऱ्या सचिनला साहित्य सहवासमधल्या प्रत्येक मुलानं खेळवलं. मीही आज ही गोष्ट अगदी अभिमानाने सांगते, 'सचिनला मी त्याच्या लहानपणी खेळवलंय.'

आणि आमच्या वरच्या मजल्यावर राहणारी ममी, शीला देशपांडे. चाळीत जेव्हा आम्ही राहात होतो, तेव्हा जशी आमच्यासाठी 'क' होती. तशी इथे तनू-मनूसाठी ममी होती. लांब सडक केस. केसांची सैलसर जाड वेणी. मोठा गोंडा सोडलेली, मोठ्ठं कुंकू, स्टार्च केलेली कलकत्ता साडी आणि साडीला मॅचिंग गळ्यातलं-कानातलं. छाप पाडणारं व्यक्तिमत्त्व. आम्हाला जर ममीला घरी बोलवायचं असेल तर आम्ही काठीनं ठोकायचो छताला आणि त्या आवाजाने ममी खाली यायची. हेच उलटं झालं की, म्हणजे ममीने वरून काठी ठोकली, की आम्ही त्या आवाजाने समजायचो आणि ममीकडे जायचो. तिची मुलगी गौरी.

एवढीशी गौरी आज पुण्यामध्ये डॉक्टर झाली आहे. दिवस कसे सरले? एवढा काळ केव्हा लोटला? ममीच्या प्रत्येक क्षणात आई-बापूंनी साथ दिली. तिनेही सर्व काही घरच्या नात्याने केलं. काळ सरला, माणसं हरवली; पण आजही ममी ११ झपूर्झाला नाही विसरू शकली.

हे सर्व मला, दादाला मिळालं ते बापूंमुळे; पण बापू जसे चाळीत राहात असताना होते तसेच ते इथेही होते. त्यांची तर एक कमालच होती. म्हणजे मला तर हे प्रसंग आजही जसेच्या तसे डोळ्यांसमोर उभे राहतात. बापूंचं लेखन चालू आहे. मधूनच ते त्यांची चिरपरिचित पेटंट शिट्टी वाजवतात. आई स्वयंपाकघरात किंवा बेडरूममध्ये काही तरी कामात असते. ती हॉलमधल्या गॅलरीत जिथे बापूंचं टेबल आहे तिथे येऊन उभी राहते. बापू म्हणतात 'चहा मिळणार का?' आई मोठ्ठा होकार भरते. आई कॉफी पिणारी तर बापू चहा. आई नेहमी आधी कॉफी बनवणार. म्हणजे दूध-पाणी एकत्र करून उकळवणार. मग त्याच भांड्यात ती बापूंसाठी चहा ठेवणार. चहा तयार होईपर्यंत कॉफी गार होणार. ती चहाचा आणि कॉफीचा कप ट्रेमध्ये ठेवून बिस्किटं किंवा तत्सम काहीतरी पदार्थ बाऊलमध्ये बापूंसाठी ठेवून बाहेर येणार. एवढं होईपर्यंत आईची कॉफी गारच गार होणार. तिला अगदी उकळती कॉफी लागते. मग बापूंसमोर ती साय घातलेला चहाचा कप ठेवणार आणि कॉफीचा एक घोट घेतल्याबरोबर बोलणार, 'शी: गार झाली कॉफी!'
'वसुंधरा, मी तुला किती वेळा सांगितलंय, मला चहाची घाई नसते. तू गरम गरम कॉफी पिऊन घेत जा.'
'पण...'
'दोन वेगवेगळ्या भांड्यांत चहा, कॉफी होऊ शकत नाही का?'
'होऊ शकते हो. पण कशाला उगीच भांडी वाढवायची घासायला?'
'तुला घासावी लागतात का?'
'पण एकाच भांड्यात...'
'वसुंधरा, एक भांडं घासायचं वाढतं, ह्याचं महत्त्व आहे, का तुला हवी तशी गरम गरम कॉफी प्यायला मिळेल ह्याचं महत्त्व आहे?'
पण नाही. आईने शेवटपर्यंत तिची ही चहा-कॉफी बनवण्याची पद्धत बदलली नाही. शेवटी बापू स्वत: तिला तिची कॉफी गरम करून

द्यायचे.

बापू कुठल्याही कारणास्तव ज्या ठिकाणी लेखन अर्धवट ठेवून उठायचे, ते त्यांनी नंतर कधीही पुन्हा लिहिण्यास घेतलं तरी त्या ठिकाणाहून योग्य पद्धतीने पुढे सुरू करायचे. मग एखादा शब्द जरी अर्धवट राहिला असला तरी काही फरक पडत नसे. लिखाणातला हा व्यत्यय कुठल्याही स्वरूपाचा असायचा. कधी कधी एखादं महत्त्वाचं पत्रं... असं काहीही.

पत्रांची कधी कधी फार मजा असायची. काही औपचारिक, काही कथाकथनाच्या आमंत्रणाची, काही घरेलू! एक विशिष्ट कार्ड मात्र आठवड्याला किंवा पंधरवड्याला यायचंच. नाव, गाव, काहीही नाही. बापूंच्याच एखाद्या गोष्टीतला संपूर्ण परिच्छेद बारीक अक्षरांत कार्डाच्या अगदी ह्या टोकापासून त्या टोकापर्यंत लिहिलेला असायचा. तेही वेगवेगळ्या शाईत. बास. ही अशी कार्डं अनेक वर्षं येत राहिली.

कसं कोण जाणे पण एकदा एका अशाच कार्डावर ह्या पत्रलेखकाने स्वत:चं नाव, पत्ता लिहिला आणि बापूंनी श्री. पेडणेकर ह्यांना तातडीने उत्तर पाठवलं. भेटायला बोलावलं. अगदी साधं व्यक्तिमत्त्व असलेले पेडणेकर एके दिवशी घरी आले. मग बापूंनी विचारलं, 'आत्तापर्यंत तुम्ही मला निदान चाळीस-पन्नास कार्डं पाठवलीत आणि कुठेही तुमचा उल्लेख केला नाहीत. ती निनावी कार्डं मी जपून ठेवली आहेत. तुम्ही ही अशी निनावी कार्ड का पाठवत होतात?'

पेडणेकर म्हणाले, 'तुम्ही तसे खूपच बिझी असता, हे मी जाणून होतो. तुम्हाला अनेक पत्रं येत असणार. प्रत्येकाला उत्तरं देत राहायचं, हे जमणं शक्य नाही आणि पत्रं पाठवणारे अपेक्षा ठेवत असतात उत्तराची! मला वाटायचं की, मी अपेक्षा ठेवून वाट बघत बसेन आणि तुम्ही उत्तर देऊ शकला नाहीत तर माझा अपेक्षाभंग होईल. त्यापेक्षा निनावी पत्रं पाठवावं म्हणजे अपेक्षाभंग नाही आणि मी तुमचा निस्सीम चाहता, वाचक आहे, हे मी तुमच्यापर्यंत पोहोचवू शकतो ह्याचा आनंद आहे.' असे हे पेडणेकर. पण एकदा ओळख झाली आणि ती शेवटपर्यंत दोहोंकडून सांभाळली गेली.

बापूंवरती खूप वाचकांनी, चाहत्यांनी मनापासून प्रेम केलं. श्री. ओगलेकाका, ओगले ग्लास वर्क्सचे मालक. ते बरेच वेळा व्यवसायानिमित्ताने मुंबईत येत. मुंबईत आले की बापूंना भेटायला अवश्य घरी येत. त्यांनी एक दिवस बापूंना मोठ्ठं सरप्राईझ दिलं. सहा ग्लास अगदी सुरेख, उंच असे आणि सहा ग्लास कट ग्लासच्या डिझाईन्सचे असे घेऊन आले. गंमत म्हणजे ह्या एकूण बारा ग्लासेसवर त्यांनी बापूंची सही प्रिंट केली होती- पांढऱ्या शुभ्र रंगात. ते ग्लास इतके सुरेख दिसत होते! आता त्यातले फक्त नमुना म्हणून तीन-चारच उरलेत जे आम्ही जपून ठेवलेत. ह्या ग्लासचा बापूंनी फोटो काढला आणि हा फोटो त्यांच्या एका पुस्तकाचं कव्हर झालं.

असेच बापूंवर प्रेम करणारे श्री. विजय लोटके. त्यांना बापूंची ‘पार्टनर’ कादंबरी अतिशय आवडली होती. ह्यांनी स्वत:च्या हस्ताक्षरातील पार्टनर कादंबरी बापूंना भेट म्हणून आणली. संपूर्ण कादंबरी सुवाच्य एकसारख्या हस्ताक्षरांतली! पान न् पान बघण्यासारखं. छापील शब्दांच्या अक्षरापेक्षाही सुंदर. प्रत्येक पानामध्ये बटरपेपर घालून बाइंड करून

आणली होती. कागदाला कुठेही चुरगळ नाही, दुमड नाही. बापू-आई इतके भारावून गेले होते! बापू म्हणाले, 'माझ्या हस्ताक्षराचं कायम कौतुक होत आलंय, पण तुमच्या हस्ताक्षराला तोड नाही. आणि हा जो उपक्रम तुम्ही केलात, इतकं प्रेम कादंबरीवर कुणी केलं नाही. तुम्हीच एकमेव. मी शब्दांत सांगू शकत नाही!'

जर कधी काळी आम्ही मुलांनी बापूंच्या काढलेल्या फोटोंचं, त्यांनी जपून ठेवलेल्या खास वस्तूंचं, त्यांना मिळालेल्या मान-सन्मानाचं प्रदर्शन भरवलं तर ही कादंबरी त्यात अग्रगण्य असेल. श्री. लोटके ह्यांना ही कादंबरी लिहिण्यासाठी तीन ते चार महिने तरी लागलेच असतील.

मला अंधुक आठवतंय, त्यांच्या सौ. म्हणाल्या होत्या की, ऑफिसमधून आल्यावर रात्री निदान चार ते पाच पानं, नाहीच जमलं तर एक पान तरी लिहायचंच असा नियम त्यांनी स्वत:ला घालून घेतला होता. त्या हस्तलिखित पार्टनरचं मुखपृष्ठ त्यांनी त्यांच्या आवडीनं स्वत: तयार केलं होतं. लेखकाला ह्यापेक्षा वेगळा सन्मान तो कुठला? किती लेखकांना ह्या तऱ्हेचा पुरस्कार मिळाला असेल?

काही अशी माणसं भेटायची तर काही तशी!

बेल वाजली. आईने दार उघडलं. दारात एक तरुण! सर्वसाधारण दिसणारा. काळ्या रंगाकडे झुकणारा. बारीक म्हणजे किडकिडीत म्हणता यावा असा. आईने स्वागत केलं. त्याच्या एकंदरीत अविर्भावावरून हा बापूंचा वाचक असेल असं वाटत नव्हतं. त्याच्या येण्याचं प्रयोजन कळत नव्हतं. शेवटी आईने विचारलं,

'कोण आपण?'
'मी कुळकर्णी.'
'काय काम होतं?'
'वपुंना भेटायचं होतं. ते आहेत का?'
'आहेत. बसा हं. सांगते त्यांना.'

बापू हॉलमधे आले. नमस्कार झाला.

'मी धनंजय कुळकर्णी.'
'बसा.'
'हो. बसलोच आहे.'
'मग? बोला. काय काम काढलंत?'

'वपु, मला वाटलं तुम्ही माझं नाव वाचलं असेल कुठे ना कुठे. नाव सांगितल्यावर मला ओळखाल?'

बापू शांत! विचार करू लागले? हा गृहस्थ कुठे भेटलाय का? कुठल्या संदर्भात ह्याचं नाव कुठे छापून आलंय?

'सॉरी! तसं मला काही आठवत नाहीये. काय आहे की, नावं विसरण्याची एक वाईट खोड आहे माझ्यात. चेहरे लक्षात राहतात. पण नाव....'

'मी सांगतो. मी धनंजय कुळकर्णी. मी काही ना काही वेगळे उद्योग

करत असतो.'
'म्हणजे?'
'म्हणजे असं. वहिनी, तुमच्याकडे शिवणाची सुई आहे?'
'आहे.' आई आश्चर्य वाटून उत्तरली.
'जरा देता?' आई सुई घेऊन आली. धनंजय कुळकर्णीने सुईला ओवलेला दोरा काढून टाकला. म्हणाला,
'बघा हं आता....'

त्याने त्याच्या डाव्या डोळ्याच्या नाकाजवळच कोपऱ्यात सुई घातली. आई चित्कारली. 'उई....' तो डोळे उघडझाप करू लागला. एका डोळ्याच्या कडेतून घातलेली सुई दुसऱ्या डोळ्याच्या कडेतून बाहेर आली. आई-बापूंनी दादाला, मला हाक मारली. मग पुन्हा हा सुईचा डोळा ते डोळा असा प्रवास झाला. आम्ही अचंबित! धनंजय म्हणाला,

'मी असे वेगळे उद्योग करत असतो!'
'काका, अजून काय करता?' माझी उत्सुकता.
'तुमच्याकडे ब्लेड आहे का?'
'आहे ना!' इति दादा. तो ब्लेड घेऊन आला. धनंजयला दिलं. दिल्याबरोबर त्याने त्या ब्लेडचे दोन तुकडे केले आणि ते ब्लेड त्याने कराकरा चावून खाऊन टाकलं. जीभ दाखवली. अजिबात रक्त आलं नव्हतं.

'तुम्ही हे असं अघोरी का करता?'
'वेगळेपण!'
'पण ह्या वेगळेपणाच्या अट्टाहासापायी तुमच्या प्रकृतीला धोका उद्‌भवणार!'
'तशी माझी काही छोटी-मोठी ऑपरेशन्स झालीत.'
'मग काय मिळवता हे असं करून?'
'नाव. प्रसिद्धी. गिनीज बुकमधे नाव यायला हवंय.'

'याहून काही वेगळे पराक्रम नाही का करता येणार?'
'येतील ना! मला नायगरा धबधब्यात उडी मारायची आहे. त्यासाठी मी पैशाची जमवाजमव करतो आहे. सरकारची परवानगी– आपल्या आणि

अमेरिकेच्याही असणं नितांत आवश्यक आहे. नायगरामध्ये आधीही काही जणांनी उडी मारण्याचा पराक्रम केला आहे. पण त्यांनी लाईफ जॅकेट्‌ससारखी प्रोटेक्शन्स वापरली आहेत. मला तसं काही न वापरता उडी मारायची आहे. मी पहिला भारतीय ठरेन नायगरामध्ये उडी मारणारा.'

बापूंच्या चेहऱ्यावरचे भाव भन्नाट! असं वाटत होतं की ते विचार करत असावेत, 'लोकं उड्या मारतातच का? म्हणजे जागतिक पराक्रम म्हणून ह्या अशा ठिकाणी?'

'आधी कधी उडी मारलीत?'
'हो. डोंबिवली फास्ट ट्रेनमधून उडी मारली. म्हणजे ट्रेन धावत असताना.'
'बाप रे!'
'स्टडी केला होता मी. ट्रेनचा स्पीड, मी उडी मारल्यावर कुठपर्यंत धडपडत जाईन, त्यावेळेला ट्रॅक्स मोकळे असतील ना! म्हणजे चुकून ट्रॅकवर पडलोच तर!'

'कसा केलात हा स्टडी?'

'माझ्या आकाराचा आणि वजनाचा एक बाहुला तयार केला. एक स्पॉट मी हेरून ठेवला होता, त्या स्पॉटवर हा बाहुला फेकला, एका विशिष्ट पद्धतीने. नंतर त्या बाहुल्याची स्थिती बघितली. दोन-तीनदा असं केल्यानंतर मला उडी मारण्याचा अँगल बरोबर कळला. मारली उडी एक दिवस ठरवून! '

'लागलं नाही?' आईनं काळजीनं विचारलं.
'लागलं ना. पण तेवढी दुखापत होणारच ना!'
'तुमचे घरचे काही म्हणत नाहीत? तुम्हाला विरोध वगैरे?'

'माझी महत्त्वाकांक्षा जबरदस्त आहे. मी ती पुरी करणारच. मग कुणी काही म्हणो. तीन-चार दिवसांपूर्वीच माझी मुलाखत घेतली टी. व्ही. वाल्यांनी. दूरदर्शनवर दाखवतीलच. त्यात मी... सांगत नाही, करूनच दाखवतो. तुमच्याकडे बल्ब, ट्यूब काही आहे?'

‘आहे ना. आत्ता आणतो’ असं म्हणून दादा बेडरूममध्ये गेला आणि त्याने भिंतीवरची ट्यूब काढून आणली. धनंजयने ती हलकासा फटका मारून तोडली आणि आई ‘अहो... अहो’ म्हणेपर्यंत कचाकचा खायला सुरुवात कली. आईला ते बघवलं नाही. शिवाय घरातली चांगली ट्यूबही वाया गेली होती. तिने शेवटी धनंजयला थांबवलं. म्हणाली,

‘तुम्ही खूप वेगळं असं करत आहात. आम्हांला मान्य आहे. पण आता अजून थोडं वेगळं काही कराल का?’
‘करेन की. सांगा.’
‘नाही म्हणजे जरा चेंज म्हणून काचा, ब्लेड असं काही खाण्यापेक्षा मी आज घरी बटाटेवडे केलेत ते खाल का?’

अशीही माणसं! धनंजय कुळकर्णी काही काळ खरंच गाजला. स्टेशनवर ट्रेनच्या डब्यात त्याच्या नावाची पोस्टर्स लागलेली आठवतात. तो त्याचं नाव दोन्ही भाषांतून लिहायचा, ‘धनं’ मराठीतून आणि मला वाटतं ‘जय’ इंग्रजीतून, कुळकर्णीचं पण असंच करायचा ‘कुळ’ इंग्रजीतून आणि ‘कर्णी’ मराठीतून. पुढे कशाने तरी तो निवर्तल्याची बातमी आली. नायगारा धबधब्यात उडी मात्र तो मारू शकला नाही. ते त्याचं स्वप्न अर्धवटच राहिलं.

एक असाच भन्नाट प्राणी घरी यायचा. 'भन्नाट प्राणी' हा शब्द बापूंचा. बापू त्याला धूमकेतूही म्हणायचे आणि त्याच्या आडनावाचं विडंबनही करायचे. स्वत:च्या मस्तीत गुंग, स्वत:च्या कलेत रमलेला 'सुभाष अवचट.'

धूमकेतूप्रमाणे उगवायचा आणि मग सगळा वेळ नुसती धमाल. गमतीत बापू त्याला 'सुभाष आचरट' म्हणायचे. त्याने चितारलेल्या कॅनव्हासकडे मंत्रमुग्ध होऊन बघायचे.

आता सुभाष अवचट साहित्य सहवासमध्ये राहतात. त्यांचं घर म्हणजे चित्रनगरी. फक्त बघत रहावं आणि त्या चित्रांमध्ये हरवून जावं.

असं सगळं होतं तरी एखाद्या कातर संध्याकाळी उदास वाटायचं. मी 'कायम कंटाळा' घराण्यातली. मला सततचा कंटाळा यायचा आणि अशी रिकामी संध्याकाळ असली की फारच. मग बापूंच्या मागे लागायचं.

'बापू ऽऽ कंटाळा आला.'

'हं' ते हमखास लिखाणात मग्न असायचे.

'बापू ऽ ऽ कंटाळा आला.'

'अरे वा ऽऽ आला ऽ ऽ का?'

'हो.'

'तुला एक कविता ऐकवतो. पाडगावकरांची. ते म्हणतात,

*कंटाळा येतो तेव्हा काय होतं?*
*तर आधी कंटाळा येतो*

*मग,*
*कंटाळा येतो*
*आणि म ऽ ऽ ग*
*कंटाळा येतो.'*

'बापू.'

'बोला काय करायचंय?'

'बाहेर जाऊ.'

'कुठे?'

'वैद्यकाकांकडे.'

'फोन करून विचारतो ते आहेत का?'

मग स्कूटरवरून फाइव्ह गार्डनला. श्री. शंकर वैद्य तिथे राहतात. बापूंच्या मनात कुठलं तरी गाणं. त्या गाण्याच्या तालावर स्कूटरचा हॉर्न वाजवत गाणं मोठ्याने म्हणत ही सफर वैद्यकाकांच्या घरी धडकायची. मग छानशा गप्पा. काही कविता. खरं तर वैद्यकाकांच्या घरी माझ्या वयाचं कुणीच नव्हतं. पण तरी मला त्यांच्याकडे आवडायचं. सौ. सरोजिनी वैद्यमावशीही गप्पात सामील व्हायच्या. मग काका एखादी

नुकतीच लिहिलेली कविता वाचून दाखवायचे आणि त्यानंतर बापूंची-माझी आवडती कविता 'भटजीची.'
त्यांची 'काका आणि काकूंची' कविता आता माझ्या मुलांनाही पाठ झाली आहे. एका श्वासात काका ती कविता म्हणून दाखवायचे,

*'हिरव्या पानांवरून निथळे*
*थेंब टपोरा काचेरी*
*हळू लांबत दुसऱ्या पानावरती*
*चरण तयाचा टेकतो न तो*
*किरण रवीचा जाई लकाकून*
*भेदून त्याला देत लतेला*
*नाजूक बिलवर रंग मिठीचा!'*

हं! एवढं सर्व एका खास टोनमध्ये फक्त एका श्वासात म्हणायचं म्हणजे कठीणच. प्रयत्न करून पाहा.

काकांची व बापूंची मैत्री कशी झाली, केव्हा झाली, मला माहीत नाही; पण झाली ती अगदी पक्कीच. बापूंनी काकांचे काव्यवाचनाचे घरगुती असे छोटे छोटे कार्यक्रम केले. काकाही प्रेमाने येत राहिले. काकांनी बापूंच्या पुस्तकाला प्रस्तावनाही लिहिली अगदी वेगळी अशी. 'का रे भुललासी' ह्या पुस्तकाला ही प्रस्तावना लाभली आहे. बापूंनी एक पुस्तक लिहिलं. सर्व कथा फक्त संवाद स्वरूपाच्या आहेत. पुस्तकाला नाव काय द्यावं हे सुचेना. काकांनी अगदी चपखल नाव दिलं 'संवादिनी.'

गोष्टींची नावं, गोष्टीतल्या पात्रांची नावं, पुस्तकांची नावं शोधणं म्हणजे किती जिकिरीचं असतं, असं निदान मला तरी वाटतं. आई-बापूंच्या आशीर्वादाने किंचित लेखिका झाले आहे; पण नावं निवडताना अगदीच त्रास होतो मला. गोष्ट, कथानक काहीतरी असतं मनात; पण त्यातल्या व्यक्तींना काय संबोधावं हे ठरवताच येत नाही. नाव निवडणं कठीण पण 'नावं' ठेवण्यास सोपं जातं.

'पेन सलामत तो' हे नाव मेनकाच्या बेहेरेकाकांनी ठेवलं. आता हे

पुस्तक मिळत नाही. पण त्यातल्या अगदी निवडक गोष्टी इतर पुस्तकांतून प्रकाशित झालेल्या आहेत. बापूंच्या काही पुस्तकांची नावं इंग्रजी आहेत. जसं 'पार्टनर', 'इंटीमेट', 'फॅन्टसी– एक प्रेयसी', 'वन फॉर दी रोड', 'प्लेझर बॉक्स'. अशा नावांबद्दल काही टीकाही झाली; पण बापूंचं भाषेशी वैर नव्हतंच. आपल्या भावना ज्या भाषेत पूर्णपणे दुसऱ्यापर्यंत पोहोचवता येतील ती भाषा योग्य. 'इंटीमेट'च्या ऐवजी 'सुगंधी अत्तर' वगैरे नाव दिलं गेलं असतं, तर ते अपिल झालं असतं का? 'प्लेझर बॉक्स' हा 'आनंद देणारा खोका' वगैरे म्हटलं असतं तर? खोक्याच्या ऐवजी फार फार तर पेटी म्हटलं असतं. छे! कसंतरीच वाटतं.

'फॅण्टसी – एक प्रेयसी'. बापूंचं फॅण्टसी ह्या फॉरमॅटवर फार प्रेम होतं. कारण हा फॉर्म त्यांना मुक्त विहार करू देत असे. मुक्त विहार करत पण जमीन सोडत नसत. मग बाई कॅलेंडरमधून बाहेर येते, एअर इंडियाचा महाराज आपल्याला भेटून जातो, राक्षस अंगठी घासल्याबरोबर हजर होतो आणि कॉलेजच्या मुलींची, त्या जनरेशनची जी काही मानसिकता आहे आणि ज्यामुळे ती तशी होते त्या सर्व ठिकाणी फिरवून आणतो. भूत मित्र होऊन मदत करतो... फॅण्टसी मध्ये वास्तवता येते आणि म्हणूनच ती भावते.

श्री. ग. वा. बेहेरे ह्यांना बापूंच्या लेखनातला हा बाज आवडायचा. श्री. ग. वा. बेहेरे म्हणजे नुसतं दुमदुमणं. मी लहान होते तेव्हा ग. वा. काका घरी आले, की मला खूप भीती वाटायची. कारण एकच, ते गालगुच्चे घ्यायचे माझे. 'बुवा' हे त्यांचं मासिक आणि मला वाटतं, 'सोबत' नावाचंही मासिक ते काढायचे. गलेलठ्ठ, गोरे, उंच आणि मोठ्यांदा बोलणं आणि हसणं असं त्यांचं व्यक्तिमत्त्व! बापूंची दोन्ही बेहेऱ्यांशी मैत्री होती. ग. वा आणि पु. वि. त्यांतले ग. वा. बेहेरे काका तसे खूप लवकर गेले. माझी आठवण त्यांच्या बाबतीतली एवढीच आहे.

एक कुणी बाबुल म्हणून फोटोग्राफर होते. बापूंनी त्यांनी काढलेला फोटो त्यांच्या पुस्तकाला मुखपृष्ठ म्हणून वापरला. फोटोग्राफरला रॉयल्टी द्यायची असते हे त्या काळात तरी बापूंना माहीत नव्हतं. श्री. बाबुलनी

रॉयल्टी मागितली दोन टक्के. बापूंनी इन्कार केला आणि बाबुलनी बापूंवर केस केली. कोर्टकचेरी म्हटल्यावर बापू तसे घाबरलेच होते. हा निकाल बापूंविरुद्ध गेला. कायदाकानून ह्या भाषेशी बापूंचं कधी जमलंच नाही.

एकदा बापू बाहेरगावी कार्यक्रमासाठी गेले होते. दुसऱ्या रात्री परतणार होते. त्या संध्याकाळी आईला काही तरी सामान हवं होतं म्हणून दादा बापूंची स्कूटर घेऊन गेला. तो लहान होता, पण स्कूटर छान चालवायचा. चेहऱ्याचा कोवळेपणा वय सांगतो. त्याचं तेच झालं आणि पोलिसाने त्याला पकडलं. तो काहीतरी बोलला पोलिसाला, म्हणून पोलिसाने त्याला पकडून पोलिस ठाण्यावर नेलं. घरी आम्ही त्याची वाट बघत होतो. बेल वाजली. मी दार उघडलं. दारात हवालदाराला बघून मला खूप भीती वाटली. तो म्हणाला, 'तुमच्या सुहास काळेला पोलिसांनी पकडलंय आणि आईला पोलिस ठाण्यावर बोलवायला मी आलोय.' दादाला पकडलंय म्हटल्यावर मी घाबरून रडायलाच लागले. 'दादाला पोलिसांनी पकडलं आई...' आई तातडीने पोलिस स्टेशनवर गेली. रात्री बापू आले. मी घडलेला प्रकार सांगितला. बापूंनी हातातली बॅग खाली ठेवली आणि तसेच ते घराबाहेर पडले. दादाला त्यांनी सोडवून आणलं. कोर्टाची तारीख पडली त्यावेळेला दादासकट हजर राहिले कोर्टात. एक अक्षरही न बोलता पन्नास रुपये दंड भरून घरी परतले.

स्कूटरवरून अजून एक आठवण आहे. मी-दादा पुण्याला राहायला गेलो होतो– 'येना' बंगल्याच्या श्री. कुलकर्णींकडे. हा दादाच्या मित्राचा मित्र! बापू ह्या नात्याला चुलत मित्र म्हणायचे. तर ह्या चुलत मित्राची स्कूटर होती. दादाला आयती मिळाली. पौड फाट्यावरचं त्या काळचं हे शेवटलं घर होतं 'येना!' येनापासून दादा भन्नाट सुटला अजून वरच्या अंगाला. दोन तास झाले तरी पत्ता नाही. मग कुणी शोधायला गेलं.

दादा आणि स्कूटर दोघंही मोडक्या अवस्थेत मिळाले. पुण्याहून मुंबईला आलो दोघं. आता आई-बापूंना हे कसं सांगायचं? त्यांच्यासमोर कसं जायचं? आम्ही दादरला अभ्यंकरबाईंकडे गेलो. तिथं त्यांना सर्व

सांगितलं आणि मग त्यांच्या सोबतीनं घरी गेलो. आम्हा दोघांनाही त्या वेळेला कळलं नाही की, आम्ही आई-बापूंना खूप दुखावलंय ते. मी होते बारा वर्षांची आणि दादा होता सोळा वर्षांचा! 'वय' लहान होतं की 'समज' लहान होती?

अभ्यंकरबाई निघून गेल्यानंतर बापू आईला म्हणाले, 'वसुंधरा, ही आपल्या दोघांची हार आहे. संकटकाळी मुलांनी आई-वडिलांकडेच धाव घ्यायला हवी. जर त्यांनी संकटकाळात आईवडिलांना सोडून कुणा दुसऱ्याला हाक मारली तर आईवडील व्हायला आपण नालायक आहोत. आपल्या प्रेमात, विश्वासात कमतरता आहे. आज आपल्या मुलांना संकटकाळात आपल्याकडे प्रथम धावत यावं असं वाटलं नाही. ते दुसऱ्याच्या दारात आधारासाठी गेले.' आम्ही दोघंही मान खाली घालून रडत होतो. दोष आमचा होता आणि बापू स्वत:ला आणि आईला दोषी ठरवत होते.

पंधरा-सोळा वय हे हमखास प्रेमात पडण्याचं. जी व्यक्ती आपल्याला भाव देते, ती व्यक्ती अॅट्रॅक्ट करते. असंच उलटही होतं. पण अगदी पंच्चाण्णव टक्के तरी ह्या वयात मुलं-मुली प्रेमात पडतातच. मी सुद्धा ह्या पंच्चाण्णव टक्क्यांमधली होते. मग एक ना एक दिवस हे घरात कळणं अपरिहार्य होतंच आणि सर्वसामान्यपणे ज्या प्रतिक्रिया असणं स्वाभाविक असतं तशीच प्रतिकिया इथेही होती. पण प्रतिक्रिया दर्शवण्यात फरक होता. त्या विरोधात आरडाओरडा नव्हता. त्या वयातल्या मुलांची मानसिकता पुरेपूर माहीत असल्यामुळे अशा नाजूक गोष्टींना कसं हाताळायचं हे बापूंना खूप छान तऱ्हेने माहीत होतं. आई तर घाबरूनच गेली होती. काळजी करत होती, मला वाटतं रडलीसुद्धा होती. बापू मात्र शांत होते. त्यांनी ह्या काळात माझ्याशी केलेली चर्चा, जवळीक, विश्वास आणि मार्गदर्शन! खरंच मला त्यांचं हे देणं आयुष्यभर पुरतंय, पुढेही पुरेल. ते मला म्हणाले, 'स्वाती, ह्या वयात स्वत:ला स्वत:ची कॅलिबर समजत नाही. आपण पुढे नक्की काय होणार आहोत, हे माहीत नसतं. आपले विचार आणि आपली मानसिकता ओळखायला येत नाही. तुझ्या प्रेमाबद्दल मला

शंका नाही, पण आज तू कोण आहेस? 'वपुंची मुलगी' एवढं वगळलं तर 'स्वाती' आज कोण आहे ह्या प्रश्नाचं समाधानकारक उत्तर जेव्हा तू स्वत:ला देऊ शकशील तेव्हाच तुझं 'स्वाती' असण्याचं महत्त्व तुला कळेल. हे कळेपर्यंत धीर धर. हे आधी कळून घे आणि मग ठरव आयुष्य कुणाबरोबर घालवायचं ते. माझी सोबत तुला कायम असेल पण त्याला पाठीशी उभ राहणं म्हणतात. मुख्य सामना तुझा तुलाच करायला लागणार, हे विसरू नकोस. आता तू ठरव, तुला नक्की काय हवंय?'

खरंच खूप जणांना वयाच्या कुठल्याही टप्प्यावर सांगता येत नाही की त्यांना नक्की काय हवंय? हे ज्यांना समजलं त्यांनी हा सामना जिंकला; पण आज जेव्हा मी आजूबाजूला नजर टाकते तेव्हा हा सामना हरलेलेच जास्त दिसतात. सामना जिंकल्याची निदान काही प्रमाणात तरी ही माझी स्वत:बद्दलची खात्री, ती देणारे बापूच आहेत– फक्त बापू.

त्या एका प्रसंगानंतर आम्ही कायम कुठल्याही प्रसंगी आई-बापूंकडेच धावत गेलो. कारण तिथे आमच्यासाठी कायम पंख पसरलेले होते. त्यांतून फक्त ऊबच मिळणार हे माहीत झालं होतं. आपले पंख पसरून दुसऱ्यावर प्रसंगी सावली धरणारे किंवा ऊब देणारे समर्थ व्यक्तिमत्त्व आयुष्यात प्रत्येकाला हवंच असतं. असे कितीतरी जण बापूंच्या सावलीत विसावलेले मी बघितले आहेत.

तशा आम्ही दोघांनीही असंख्य चुका केल्या. आई-बापू त्यामुळे दुखावले गेले. आई-बापू पहिल्यांदा परदेश दौऱ्यावर जाणार होते. श्री. अरुण दाते, श्री. रवी दाते आणि बापू. कार्यक्रमाचं स्वरूप असं होतं, श्री. अरुण दाते ह्यांचं गाणं, श्री. रवी दाते ह्यांचा तबला आणि बापूंचं हार्मोनियम आणि कथाकथन. बापूंची इच्छा होती आईला अमेरिकेला न्यायची. पण जाण्यायेण्याचा खर्च फक्त ह्या तिघांचाच मिळणार होता. कार्यक्रमाच्या मानधनातून तो निघणार होता. आईला न्यायचं तर कर्जच काढावं लागणार होतं. पण बापूंनी जोर धरला. ते कर्ज काढायला तयार झाले. त्यांच्याच आग्रहास्तव श्री. अरुण आणि रवी दाते आपआपल्या सौं.ना अमेरिकेला नेण्यास तयार झाले. आईचा संपूर्ण विरोध होता कर्ज

काढण्यासाठी आणि त्याचमुळे अमेरिकेला जाण्यासाठी. ह्याहूनही मुख्य कारण ती आम्हा मुलांना सोडून जायला तयार नव्हती. आम्ही दोघं कसे राहू ही चिंता होती कारण अमेरिकेचा दौरा दीड-दोन महिन्यांचा होता. आम्हाला घराला कुलूप आतापर्यंत कधीच बघायला लागलं नव्हतं. आई असायचीच आम्हा सर्वांसाठी! आणि तिचं अमेरिकेला जाण्याबद्दलची नाखुषी होती ती अजून एका कारणास्तव. 'मुलांना सोडून मी मजा करायची?' हा तिला प्रश्न होता. ही तिची खंत होती आणि आईप्रमाणे बापूंची खंत अशी होती की ते आईला सोडून एकटे मजा करायला, नवीन देश बघायला जाऊ इच्छित नव्हते. शेवटी मोठ्या मिनतवारीने आई तयार झाली. मी सहा महिन्यांकरता हॉस्टेलमध्ये राहायचं असं ठरलं आणि दादाला नुकतीच नोकरी लागली होती म्हणून तो घरीच राहणार होता.

बापू कार्यक्रमाहून यायचे होते. माझा हॉस्टेलवर राहायला जाण्याचा तो दिवस होता. आम्ही सगळे बापूंच्या परतण्याची वाट बघत होतो. मी त्या दरम्यान कॉलनीतल्या सगळ्या मैत्रिणींना 'बाय' म्हणून आले होते. बापूंची ट्रेन लेट होती का? काही कळत नव्हते. शेवटी मी आणि आई घरून निघालो. तेव्हा रात्रीचे नऊ वाजले होते. खरं तर मी अजून एक दोन दिवसांनंतर हॉस्टेलवर राहायला गेले असते तरी चाललं असतं. बापूंना न भेटताच मी निघून आले होते. कुठेतरी मनात होतं, सर्व मैत्रिणींना 'बाय' केलेलं होतं आणि पुन्हा मी आपली घरीच. असं झालं तर माझी फजिती होईल. रात्री साडेदहा-अकराला खोलीची कडी वाजली. बापू मला भेटायला एवढ्या रात्रीचे माझ्यासाठी गादी, उशी घेऊन आले. माझ्या अपराधी मनाला कायमची बोचणी लागली. बापूंना रडताना बघितलं आणि माझं बळच सरलं. मी सुद्धा बापूंची आठवण काढत जागीच होते ना माझ्या रूममध्ये. घरापासून, त्यांच्यापासून कधीच दूर न राहिलेली मी, कसं चैन पडणार होतं? खोट्या अहंकाराचं किंवा इभ्रतीचं माझं वागणं किती फोल होतं, ते त्याक्षणी कळलं आणि आत्ता ह्या वयापर्यंत त्या लहानशा वयात शिकलेला हा धडा मी विसरले नाहीये.

लहानपणी माझी प्रत्येक सकाळ 'बापू एकच मिठी... शेवटची' असं म्हणत आणि त्या विश्वासाच्या हातांमधे लपेटून जागी झालेली अशी उजाडत असे. आजही कुठेतरी वाटत असतं, ते हात आजही आधार देण्यासाठी पसरलेले आहेत. मी जाण्याचीच खोटी, ते मला आजही लपेटून घेतील. शांतपणे थोपटतील, म्हणतील, 'दमलीस? ये, जरा विश्रांती घे.' हे आधाराचे हात बापूंनी फक्त त्यांच्या कुटुंबालाच दिले नाहीत तर जे जे कुणी आधारासाठी त्यांच्याकडे आले त्या सर्वांना दिले. त्यात आईची भावंडं आहेत, दादाचे मित्र, जे दादाइतकेच आईबापूंचेही झाले, कुणी वाचक! पत्रं तर इतकी यायची! त्या पत्रांतले मजकूर बापूंना अस्वस्थ करत. कोण कोण माणसं, किती किती तऱ्हेच्या संकटांना सामोरं जातात. बापूंना ही पत्रं यायची ती ह्या संकटांवर इलाज विचारणारी असायची. अनोळखी वाचक, केवळ बापूंच्या लेखनामुळे त्यांच्यावर भरवसा ठेवून आपलं मन उघडं करायची आणि बापू त्यांच्या परीने तोडगा सुचवायचे. काही काही घरं सावरली गेलीही. गोष्टीतल्या काही काही वाक्यांमुळे, एखाद्या नवीन विचारामुळे किंवा एखाद्या प्रसंगाकडे पाहण्याच्या दृष्टिकोनामुळे बापूंचं लिखाण बरंचसं सहज, जाता जाता अध्यात्म सांगावं अशा तऱ्हेचं आहे.

बापूंचे एक मित्र श्री. रवी हुदलीकर ह्यांनी एक कल्पना काढली. मला जितकं आठवतंय त्यानुसार ही कल्पना अशी की बापूंच्या साहित्यातली, गोष्टीतली अशा आशयाची वाक्यं, परिच्छेद वेगळे काढायचे जे काहीएक विचार देतात आणि त्याचं पुस्तक प्रकाशित करायचं. रवी काकांनी बापूंचं संपूर्ण साहित्य ह्या दृष्टिकोनातून वाचलं. वाक्यं, परिच्छेद निवडले. ह्या कामी त्यांना श्री. पेडणेकरांनी सहाय्य केलं आणि अशा वाक्यांचं परिच्छेदांचं मोठं संकलन झालं. ह्या तऱ्हेचं पुस्तक आत्तापर्यंत कुठल्याही लेखकाचं प्रकाशित झालेलं नव्हतं. पुस्तकाला काय नाव द्यावं? हा प्रश्न सर्वांनाच होता. कारण सर्वसाधारणपणे कथासंग्रहाला एखाद्या गोष्टीचं किंवा ज्या मूडच्या कथा-कथासंग्रहात आहेत त्या मूडला अनुसरून नाव देण्याची पद्धत आहे. पण ह्या पुस्तकात असं काहीच नव्हतं. पुस्तकाला नाव दिलं गेलं. 'वपुर्झा'. 'झपुर्झा' ह्या साहित्य सहवासमधल्या बिल्डिंगमध्ये आमचं घर. 'झपुर्झा' ही बालकवींची कविता. ह्या कवितेचा अर्थ 'ना दुःख, ना खेद. ना आनंद, ना क्लेश, एक तरल अशी भावना' अशा झपुर्झाचा वपुर्झा– अशीच तरल भावना जपणारा विचारसंग्रह! हे वपुर्झा नाव इतकं चपखल आहे ह्या पुस्तकाला, हे ते पुस्तक वाचताना जाणवतं. कुठलंही पान उघडावं आणि वाचन सुरू करावं. जमल्यास मनन करावं किंवा

हलकंसं हसून पुढलं पान उघडावं.

बापू सतत कार्यरत होते. मी त्यांना कधीच रिकामं बसलेलं बघितलं नाही. जेव्हा लेखन चालू नसेल तेव्हा ते काहीतरी कॅसेट्सचं काम करत, नाहीतर फोटोंचं, नाही तर हार्मोनियम किंवा व्हायोलिन वादन. बाराशे एकावन्नावा कार्यक्रम होता. पुण्याला. हाऊसफुल्ल होता. त्यादिवशी शिरीष रायरीकरने त्यांना हार्मोनियम भेट म्हणून दिला. अगदी अनपेक्षित अशी ही भेट बघून बापू हर्षून गेले होते आणि अगदी सहजगत्या त्या हार्मोनियमवर त्यांनी गाणं वाजवलं, 'जीवनात ही घडी अशीच राहू दे, प्रीतीच्या फुलापरी वसंत न्हाऊ दे!' टाळ्यांच्या कडकडाटाने संपूर्ण बालगंधर्व दुमदुमून गेलं.

हे असं काही ना काही चालू असायचं. हजारोंनी फोटो काढले असतील त्यांनी! हे फोटो लावण्याची त्यांची एक विशिष्ट पद्धत होती. रंगीबेरंगी

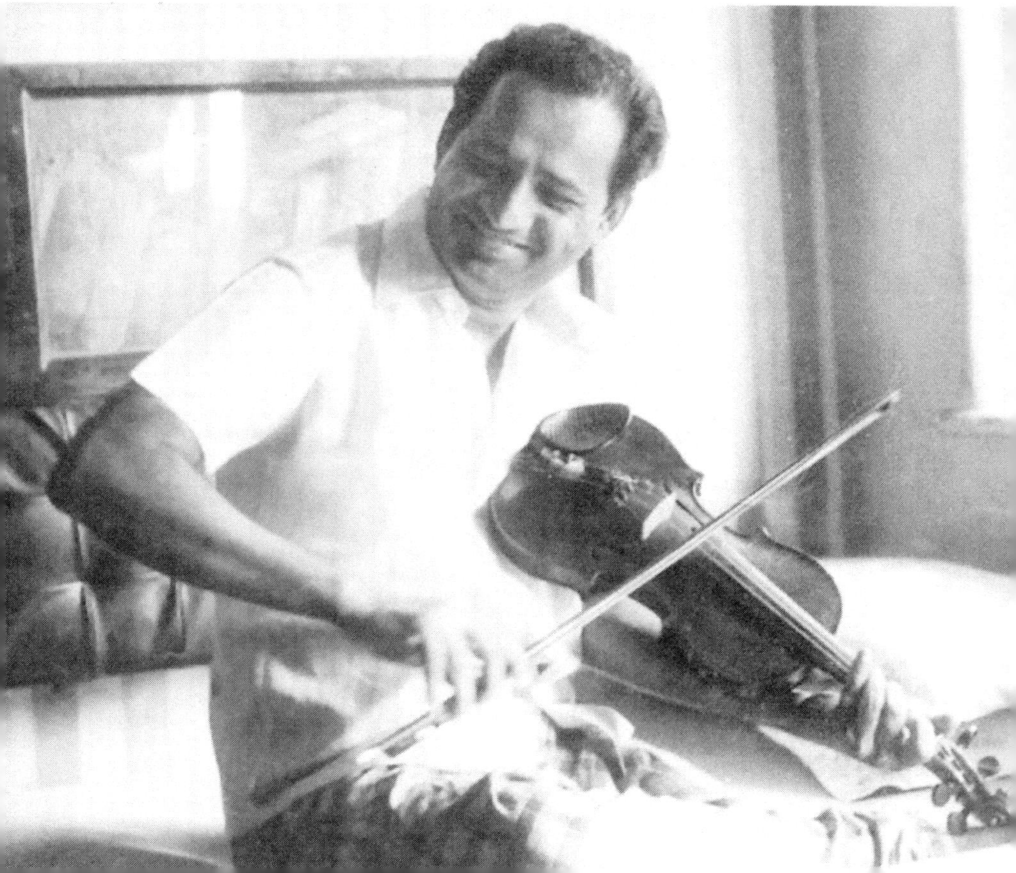

कार्डबोर्ड आणायचे. त्याचे चार सारखे भाग करायचे. असा कार्डबोर्ड्सचा गठ्ठा स्कूटरवरून दादरला घेऊन जायचा. तिथल्या एका दुकानात हे कापलेले कार्डबोर्ड्स मशिनने चारही बाजूंनी फिनिश करून आणायचे. मग फोटोंची वर्गवारी करायची. कार्यक्रमांचे वेगळे, घरेलू वेगळे, इतर नातेवाईक वेगळे, मित्र-परिवार वेगळे आणि निसर्गदृश्यं वेगळी. फोटो लावण्याचीही एक कला आहे. एक कार्डबोर्ड शीट बघितला की त्यातलं वेगळेपण जाणवायचं. कारण प्रत्येक फोटोखाली त्यांच्या सुंदर हस्ताक्षरात काही ना काही वाक्य त्या फोटोतल्या प्रसंगांना साजेसं लिहिलेलं असायचं. पूर्वी टिकल्या नव्हत्या किंवा स्टीकर्सही नव्हते. पंचिंग मशिनने रंगीत कागदाच्या टिकल्या पाडायच्या आणि त्या फोटोभोवती कॉम्बिनेशन करून चिटकवायच्या. एक-एक कार्डबोर्ड असा

सजवायचा. हे मोठं वेळ खाणारं काम होतं. पण असे सजलेले कार्डबोर्ड्स, त्यांचा तो अल्बम आज बघताना माझ्या डोळ्यांसमोर ते तयार करत असतानाचे बापू दिसतात. मांडी घातलेले, जमिनीवर ठाण मांडून बसलेले. पेपर, फोटो, कातर, रंगीत सेलोटेप, फेव्हिकोल आणि स्केचपेन, स्टेनलेस स्टीलची पट्टी वगैरेंच्या गराड्यात. हे करत असताना वाकून वाकून अंग मोडून आलं की उठणार आणि पलंगावर दहा मिनिटांची हुकमी डुलकी घेणार. त्यांना कधी झोपेतून उठवावं लागत नसे. ते झोपताना सांगायचे, 'बरोबर दहा मिनिटांनी उठव!' आपण दहा मिनिटांनंतर उठवायला जावं तर बापू उठून बसलेले दिसायचे. मनगटांची हाडं मोडायचे. ठरावीक कोनातून. की मग पुन्हा सुरुवात... अजून काही साहित्य हवं असलं, की तसेच उठणार, स्कूटरला किक् मारणार आणि घेऊन येणार. तडजोड नाही. ती वस्तू म्हणजे तीच हवी. दोघं-तिघं कुणी पाहुणे आले आणि त्यांना जर फोटो एकाच वेळेस बघायचे असतील तर सर्वांना बघता यावेत, ही ह्या तऱ्हेचा अल्बम तयार करण्यामागची भावना. मग ह्या फोटोंना एकत्र ठेवण्यासाठी मापाचा बॉक्स तयार करायचे कार्डबोर्डचाच. त्यावर नावं.

‘कथाकथन....’ किंवा, ‘कुटुंबीय’ वगैरे स्वरूपाचं. कॅसेट्सची कव्हर्सही तयार करायचे. जी गाणी, ज्यांची गाणी असतील त्यांचे फोटो, त्यांना रुचलेलं असं त्या फोटोखाली नाव.

वस्तू ठेवण्याची पण एक विशिष्ट पद्धत होती. सेंटच्या बाटलीचा एक छानसा बॉक्स होता. त्यांना तो फेकून द्यावासा वाटेना. त्यांनी त्या बॉक्समध्ये रबर बँडस् ठेवले आणि वर लिहिलं, ‘तुटेपर्यंत ताणू नये.’ डिक्शनरी वर लिहिलं होतं, ‘वाघिणीचे दूध’. मॅग्निफाईंग ग्लास ज्या बॉक्समध्ये होतं, त्यावर ‘राई एवढा पर्वत’. दारावर पाटी लावली, ‘आम्ही तुमच्याच कंपनीच्या वस्तू वापरतो, म्हणून चौकशी करू नका.’ सेल्समनना न दुखावता, त्यांनी डिस्टर्ब करू नये म्हणून त्यांना हा परस्पर निरोप लिहून ठेवला होता.

बरेच वेळा त्यांना आमटी करायची हुक्की येत असे. बापू आमटी करत आणि आई इतर काही. भरली वांगी आईप्रमाणेच बापूही चविष्ट करत. मला आठवतं, ‘कळत नकळत’ सिनेमाचं शूटिंग वांद्र्याच्या आर्टेक अपार्टमेंटमधे चालू होतं. लंच टाईममध्ये मी मृण्मयीला घेऊन आईबापूंना भेटायला निघाले. सविता प्रभुणेही माझ्याबरोबर आल्या. त्या दिवशी बापूंनी भरली वांगी केली होती. सविताला खूप आवडली आणि

बापूंना काय वाटलं कुणास ठाऊक! दुसऱ्या दिवशी लंचला बापूंनी संपूर्ण युनिटकरता भरली वांगी करून पाठवली.

लग्नाच्या आमंत्रणपत्रिका बापू सुरेख तयार करायचे. लग्नाच्याच असं नाही, तर कुठल्याही समारंभाच्या आमंत्रणपत्रिका तयार करायचे. अगदी वेगवेगळ्या स्वरूपाच्या. अशा की समारंभ होऊन गेल्यानंतरही लोकांनी पत्रिका जपून ठेवायला हव्यात आणि लोकं जपून ठेवतही. मृण्मयी-मैत्रेयच्या पहिल्या वाढदिवसाच्या आमंत्रणपत्रिका आजही माझ्या मैत्रिणींकडे आहेत.

असंच एक पत्रक! पूर्वी एवढे सिग्नल्स नव्हते. ट्रॅफिक हवालदारच नाक्यानाक्यावर असायचे. बापूंनी एक छान कार्ड तयार केलं. ट्रॅफिक हवालदार त्याच्या एका टिपिकल पोझमध्ये, टोपीवर कावळा का चिमणी... आणि त्यानंतर बापूंनी लिहिलं होतं, ते साधारणपणे अशा आशयाचं

होतं... 'तुम्ही ऊन-पावसात, थंडीवाऱ्यात रस्त्यावर उभे असता, जवळून जाणाऱ्या गाड्यांचा धूर सहन करत... कुणी बडी आसामी येणार असेल तर पहिली धावपळ तुमची. कुठलाही सण असो, तुमची हजेरी पहिली... तुमच्या ह्या कष्टांचं चीज होत नाही. मी तुमच्या सर्व अडचणींत तुमच्याबरोबर आहे. बी. एम. डब्ल्यू ६९०' सर्वसाधारण ह्या स्वरूपाचं पत्रक त्यांनी छापून घेतलं. त्यांच्या येण्याजाण्याच्या मार्गावरच्या प्रत्येक हवालदाराला हे पत्रक दिलं. त्यांनी त्यांचं नाव पत्रकावर घातलं नव्हतं. स्कूटरचा नंबर लिहिला होता. त्यांनी कायम स्कूटरच वापरली. मध्ये एकदाच मोटरसायकल घेतली होती. पण हार्टट्रबलमुळे दादाने विकायला लावली. त्यानंतर कायनेटिक वापरली. आईची इच्छा होती, बापूंकडे गाडी असायला हवी. त्यांनी गाडीतून फिरावं, पण इच्छा होती तेव्हा पैसे नव्हते आणि पैसे होते तेव्हा आईच नव्हती.

असं सर्व होतं. छान छान! पण फक्त छान छानच होतं का? बापू कधीच चुकलेच नाहीत?– नाही. चुकले. बापू चुकले. त्यांनी एक 'गजरा' केला. 'दूरदर्शन' एवढंच एकमेव प्रसारण होतं, त्याकाळातही ही गोष्ट! हा कार्यक्रम अतिशय लोकप्रियता मिळवलेला असा होता. बापूंनी निदान दोन 'गजरा' चे कार्यक्रम ह्या गजऱ्याच्या कार्यक्रमापूर्वी केले होते. जे अतिशय वाखाणले गेले होते. त्या दरम्यान बापूंच्या काही गोष्टींवरही एकांकिका स्वरूपाचे यशस्वी कार्यक्रम झाले होते. याकुब सईद नावाचे प्रोड्युसर होते. ते बापूंचे बरेच कार्यक्रम करीत असत. 'बाई-बायको-कॅलेंडर' ह्या गोष्टीवरचा एपिसोड तर खूपच गाजला होता. 'रिश्ते' नावाची सिरियलही गाजली. मला वाटतं अर्चना जोगळेकरांनी ती प्रोड्यूस केली होती. 'मोदी अँड मोदी' ह्या कथेवरही स्टेज एकांकिका झाली होती, ती कालांतराने दूरदर्शनवर प्रदर्शित झाली. ह्या सर्व कार्यक्रमांना रसिकांचा भरभरून प्रतिसाद मिळाला आणि ह्या गजराने मात्र सर्व काही कुजवलंच. दया डोंगरे ह्यांनी ह्या गजरामध्ये सहभाग घेतला होता. कुठून आणि का म्हणून बापूंना स्वत:ला ह्यात काम करावंसं वाटलं? काही कळलं नाही. दिग्दर्शकाने सूचित केलं नाही की बापूंनी ऐकलं नाही? मला काहीच ठाऊक नाही आणि ते माहीत करून घ्यावंसं कधीच वाटलंही नाही. माझ्या नशिबाने हा गजरा मी बघितला नाही. माझ्यापर्यंत फक्त बातमी पोहोचली. रसिकांनी,

पत्रकारांनी टीकेची झोड उठवली. आईने मला हे कळवलं होतं. ती फार कष्टी झाली होती. वपुंनी त्यांची इमेज खराब केली. सर्वत्र छी: थू: झाली. बापूंना नक्की काय करायचं होतं? सांगायचं होतं? कशासाठी? ह्या प्रश्नांना तेव्हाही अर्थ नव्हता आणि आत्ताही नाही. वाईट अर्थाची, शब्दांची पत्रं 'प्लेझर बॉक्स' मध्ये रोजच्या रोज पडत होती. फोन येत राहिले. 'वपुंनी असं का केलं?'

अनेक महिन्यांनंतर 'गजरा' पुन्हा सुरू झाला होता. लोकांच्या अपेक्षा उंचावल्या होत्या कारण तो एक दर्जेदार कार्यक्रम होता. त्यात 'वपु' हा गजरा करत आहेत हे साप्ताहिकीमधून दाखवल्यानंतर लोकं कामं बाजूला ठेवून टी. व्ही. समोर येऊन बसले होते. बऱ्याच कालावधीनंतर काहीतरी चांगलं बघायला मिळणार ह्या रास्त अपेक्षेने आणि ह्या रास्त अपेक्षेमागे कारणही होतं. बापूंनीच रसिकांना तशी सवय लावली होती की, ते जे काही सादरीकरण करतील ते उच्च स्वरूपाचं मनोरंजन करणारंच असतं ह्याची आणि अनेक वर्ष त्यांनी तसं केलंही होतं. मग रसिकांचा अपेक्षाभंग वपुंनीच केला, तर दोष कुणाचा? वपुंचाच! ही एक चूक हजारोंहून चांगलं केलेल्या गोष्टींना नासवून गेली.

फक्त आज मला एकाच गोष्टीचं वाईट वाटतंय. 'एखाद्या कलाकाराची एक कल्पना साफ चुकली, तर त्या कलाकाराला अगदी हीन वागणूक द्यायलाच हवी का?' एक टक्का तरी सूट अशा कलाकारांना द्यायला हवी कारण नव्याण्णव टक्के त्यांनी फक्त मनोरंजन केलेलं असतं असं नाही तर निखळ प्रेमही केलं रसिकांवर. शेवटी तेही माणूसच असतात. एखाद्या क्षणी तो कलाकारही अगदी सर्वसामान्य माणूस होतो. मी हे बापूंच्या अपयशाचं समर्थन नाही करत आहे. हे माझं एकंदरीतच प्रत्येक मोठ्या कलाकारांबद्दलचं मत आहे. म्हणून हृदयनाथजींनी हजारोंच्या समक्ष केलेला बापूंचा अपमान मी विसरू शकते, कारण त्याक्षणी तेही अगदी सामान्यच झाले होते आणि ह्याचमुळे आजही त्यांचं कुठलंही गाणं लागलं किंवा त्यांचं गाणं दादा म्हणत असला तर सहजी दाद दिली जाते. तेव्हा फक्त सुरांची लयलूट करणारेच हृंदयनाथजी आठवतात आणि त्यांच्या ह्या सुरांपुढे मी आपोआप नतमस्तक होते.

अशीच एक अक्षम्य चूक! श्री. पु. भा. भावे ह्यांचं देहावसान झालं. भावेकाका आणि श्री. पु. वि. बेहेरे ह्यांचं खूपच सख्य होतं. एक लेखक आणि एक प्रकाशक म्हणून आणि एक मित्र म्हणूनही. बेहेरेकाकांनी त्यांच्या 'मेनका प्रकाशन' तर्फे पु. भा. भावे पुरस्कार सुरू केला. त्यावर्षी हा पुरस्कार बापूंना देण्यात आला. अतिशय सुरेख कार्यक्रम झाला. 'भावे पुरस्कार' आपल्याला मिळतोय, ही मोठी मानाची गोष्ट बापूंना वाटत होती आणि तो पुरस्कार तसाच मानाचा होता. बापूंनी भाषण केलं. त्यांच्या श्री. पु. भा. भावे यांच्या  बद्दलच्या भावना सांगितल्या. धन्यवाद दिले. पण एक अक्षम्य चूक केली. ह्या पुरस्काराचे मुख्य प्रेषक श्री. पु. वि. बेहेरे ह्यांना त्यांनी धन्यवाद दिले नाहीत. खरं तर त्यांनीच हा मान बापूंना दिला आणि बापू त्यांनाच धन्यवाद द्यायला विसरले? बापूंच्या अनुच्चाराने बेहेरेकाका आणि त्याप्रमाणे बेहेरेमावशींना प्रचंड दुखावलं. एकदंरीतच बापूंचा स्वभाव पाहता ते तसे नाहीत, छोट्यातल्या छोट्याशा गोष्टींचं कौतुक करणारे बापू एवढ्या मोठ्या गोष्टीत बेहेरेकाकांना कसे विसरले? बापूंना ते जाणवलं तेव्हा वेळ निघून गेली होती. रातोरात ते बेहेरेकाकांकडे गेले. दोघांची क्षमा मागायला. पण त्याचा काय उपयोग? न बोलता घाव घातला गेला हजारोंसमोर आणि क्षमा मागितली एकांतात? इथेही बापू अगदी सामान्य झाले. बेहेरेकाका आणि मावशी फार मोठ्या मनाची. ते एवढं सर्व होऊनही बापूंशी पूर्ववतच वागत राहिले.

बेहेरेकाका निवर्तले आणि त्यांच्या मुलींनी स्वाती आणि वैशालीने खंबीरपणे 'मेनका प्रकाशन' सांभाळण्यास सुरुवात केली. 'प्लेझर बॉक्स' – भाग दोन हे पुस्तक मेनका प्रकाशन प्रकाशित करणार असं बापूंचं आणि स्वातीचं बोलणं झालं होतं. पुस्तक पूर्ण झालं नव्हतं आणि बापू गेले. मी ते पुस्तक माझ्यापरीने पूर्ण केलं आणि ते सर्व बाड स्वाती, वैशूला दिलं. बापूंचं ते शेवटचं पुस्तक! इच्छा होती की, ह्या पुस्तकाचा प्रकाशन समारंभ करायचा. तसं बोलणंही झालं; पण पुस्तक दुकानांतून विक्रीसाठी आलं आणि मला नि दादाला पत्ताच नव्हता. हे असं का झालं? कळलं नाही. दोघींना कामाचा ताण खूप होता? बापू नुकतेच गेले होते, म्हणून त्यांचं पुस्तक लवकरात लवकर विक्रीस यावं ही इच्छा होती, म्हणून त्यांना आम्हाला कळवायला वेळ मिळाला नाही?

माझी इच्छा मात्र अपूर्ण राहिली. बापूंच्या खूप साऱ्या पुस्तकांचे प्रकाशन सोहळे 'मेनका प्रकाशन'ने तर कधी 'राजा प्रकाशना'च्या श्री. मुळे ह्यांनी, तर कधी स्वत: बापूंनी इतक्या सुंदरतेने साजरे केले होते की स्मरणात राहतील. राहिलेत. कधी पं. जितेंद्र अभिषेकींचं गाणं, तर कधी श्री. म. भा. चव्हाणांचं कवितावाचन. निटीच्या ग्राउंडवर श्री. शशी आणि सौ. उषा मेहतांच्या सहाकार्याने! तर एक सोहळा विमानात- आशाताई भोसले ह्यांच्या हस्ते. म्हणून माझी इच्छा होती की ह्या त्यांच्या शेवटच्या पुस्तकाचा प्रकाशन सोहळा करायचा; पण नाही जमलं.

असं बरंच काही काही राहून जातं. पार्टनर कादंबरी बऱ्याच प्रमाणात बापूंवर आधारित आहे. आईचं एक रूप त्यांनी मांडलं. आई म्हटल्यावर ज्या भावना जागृत होतात किंवा आई म्हटलं की जे रूप डोळ्यांसमोर उभं राहतं, त्या रूपाच्या विरुद्ध असं आईचं वर्णन ह्या कादंबरीत आहे. ही अशी आई वाचकांना पटली. एकदा असंच बापू म्हणाले होते की,

जर हेच कथानक मी आईच्या दृष्टिकोनातून लिहिलं तर तेही लोकांना तितकंच पटेल, आवडेल. पण त्यांच्याकडून हे लिखाण राहून गेलं. जर लिहिलं असतं तर खरंच काही वेगळं वाचायला मिळालं असतं.

आईच्या आजारपणात त्यांची मनोवृत्ती बदलत गेली. प्रथम तर आईची मन:स्थिती समजत नव्हती. तिला नेमकं काय होतंय ते कळलं नाही आणि कदाचित तिच्या या मन:स्थितीत तिच्याकडे थोडंसं दुर्लक्षही झालं. दादाचं नुकतंच लग्न झालं होतं. खरं तर आईची हौस दांडगी होती; पण दादाच्या लग्नात तशी ती जरा अलिप्त वाटत होती. पण हा फरक इतका सौम्य होता की जाणवला नाही. वहिनी नोकरी करायची. तिची बँक घरापासून जवळच होती. दुपारच्या चहाला ती घरी यायची. त्यावेळेस आई तिच्यासाठी चहा आणि खायला काहीतरी करून ठेवायची. संध्याकाळचा स्वयंपाकही तसा तयारच असायचा. क्वचित वहिनीला काही करावं लागायचं. तन्मयीचा जन्म झाला आणि आईला एक छान बाहुलीच मिळाली खेळायला. आई-बापूंनी मिळून तन्मयीला सांभाळलं. वाढवलं. हे सर्व आई करत होती; पण केव्हातरी काहीतरी बिनसायचं. अनपेक्षित असं काही तरी बोलून जायची. वहिनीला, कधी बापूंना, कधी दादाला. मग बापू आईची पडती बाजू सांभाळून घ्यायचे. ह्या सर्व पार्श्वभूमीवर पै-पाहुणा असायचाच. खरं तर घर आता जास्त लहान पडत होतं. अजून निदान एक खोली तरी आवश्यक होती. बेडरूम दादा-वहिनीकडे. रात्री-अपरात्री त्यांना डिस्टर्ब होऊ नये ह्याची काळजी दोघांकडून घेतली जायची; पण अडचण तर व्हायचीच. तरीही तसं सगळं छान चाललं होतं. मात्र कुठेतरी आईचं बिनसत होतं. खरं तर तिचं काही तरी बिनसतंय हे आधीच बापूंच्या लक्षात यायला हवं होतं. जेव्हा आई-बापू अमेरिकेला गेले, तेव्हाच बापूंना आई काहीतरी वेगळी वागते, हे जाणवलं होतं. ट्रीप संपवून जेव्हा ते परतले तेव्हा बापू आम्हाला म्हणाले होते, 'नायगरापर्यंत गेलो. ही गाडीतून उतरायला तयार नाही. म्हणाली, 'पाणीच पडतंय, त्यात काय बघायचंय?' वसुंधरा अशी नाहीये. नव्हती; पण तिच्या काही काही गोष्टी कळतच नव्हत्या ती अशी काय करतेय? मी खूप विचार करतोय.'

बापूंनी खूप विचार केला; पण आईला तशी ट्रीटमेंट मिळाली नाही. योग्य सल्ला मिळाला नाही आणि सर्व हळूहळू बिनसतच गेलं. असं

नाही की प्रयत्न केले गेले नाहीत.

तिला स्पाँडिलिसिसचा त्रास होता. तिचं डोकं दुखणं हे त्यातलाच भाग समजलं गेलं. तपासणी झाली पण मामुली. अजूनही एक मोठी चूक झाली. खरं म्हणजे आईचं आजारपण त्या विशिष्ट व तज्ज्ञ डॉक्टरांकडे जायला हवं होतं. डॉक्टर्स अनेक होते ओळखीचे. नवीन डॉक्टर्सची ह्यात भर पडत गेली; पण मानलं गेलं एकाच डॉक्टरला. अशाच म्युनिसिपल हॉस्पिटलच्या कामानिमित्ताने बापूंची डॉक्टरांशी ओळख झाली. शिरस्त्याप्रमाणे ही ओळखसुद्धा घरापर्यंत आली आणि नंतर शिरस्त्याप्रमाणेच घरचीच झाली. मग संपूर्ण कुटुंबाचं एकमेकांकडे जाणं-येणं वाढलं. आईने ह्या नव्या डॉक्टर मैत्रिणीला आपलंसं केलं. वहिनीचं, माझं बाळंतपणही ह्याच डॉक्टरांच्या हस्ते झालं. मग साधी शिंक जरी आली तरी डॉक्टरांना फोन लावला जाऊ लागला. कालांतराने डॉक्टरांची मतं प्रत्येक गोष्टीत घेतली जाऊ लागली. बापू त्यांची मतं प्रत्येक गोष्टीत डॉक्टरांना देऊ लागले. खरं तर डॉक्टरांच्या घराला बापूंनी बरंच सावरलं. वाईट एकच गोष्ट झाली. गायनॅक डॉक्टरांकडून बापूंनी हार्ट ट्रबलवरही उपचार करून घ्यायला सुरुवात केली आणि वर्षानुवर्षांचे जवळचे सख्खे डॉक्टरमित्र पालेकरकाका दुरावले.

बापूंना तेव्हा कळलं नाही. ही सुरुवात होती. एक-एक मोत्यासारखी नाती घरंगळून पडण्याची. आईच्या डोकेदुखीवर आणि जो तिला एक विशिष्ट असा उग्र वास यायचा, ह्या आजारावर एक गायनॅक कसा काय उपचार करू शकणार? पण मानलं गेलं ह्याच डॉक्टरचं मत. आई तशीही भिडस्त होती. तिला स्वत:बद्दल एक प्रकारचा कॉम्प्लेक्स होता. म्हणून ती घरीच राहायची. फारशी बापूंबरोबर जायची नाही. डॉक्टरांचं बापूंबरोबर बाहेर जाणं-येणं सुरू झालं. त्यात आईलाच मुळात काही गैर वाटलं नाही. आम्ही तर तसे लहानच होतो जेव्हा ही सुरुवात झाली तेव्हा. त्यामुळे आम्हाला मत असं काही नव्हतं. घरात कायम मोकळं वातावरण होतं. तसे तर बापू-दादा कुणालाही स्टेशनपर्यंत स्कूटरवरून सोडायला-आणायला जात. त्यामुळे काही गैर वाटण्याचा प्रश्नच नव्हता. बापूंचा स्वभाव 'वाहून जाणारा' असाच होता आणि थोडा तरी लगाम घालू शकणारी आई स्वत:च कुठेतरी हरवत होती. तिचं स्लो

पॉयझनिंग होत होतं. जेव्हा तिला सुगंध येण्याचं बंद झालं आणि तरीही ती शांत होती तेव्हा हा आजार काही तरी वेगळा आहे हे डॉक्टरांच्यासुद्धा लक्षात आलं नाही. आईला शांत बघून त्यांना उलट आश्चर्य वाटलं. एक ज्ञानेंद्रिय, पंचेंद्रियांपैकी कायमचं बदं झालं तरी आई शांत कशी, ह्याचं! पण हे का झालं ह्या गोष्टीवर विचारविनिमय नाही झाला. त्या उग्र वासाने जे तिचं डोकं दुखायचं, ते थांबलं ह्याच आनंदात ती राहिली; पण तिच्या वागण्यात समतोलता राहिली नव्हती.

मी पाटण्याहून काही दिवसांकरता मुंबईत आले होते. आई, बापू, मी 'ब्रह्मचारी' नाटक बघायला जात होतो. विषय नाटकांचाच चालला होता आणि मधूनच ती काही तरी वेगळंच बोलायला लागली. ती विसरली होती की माझं, दादाचं लग्न होऊन आम्हा दोघांनाही एकेक मुलगी आहे. ती आमच्या लग्नाच्या संदर्भात बोलत होती. तेव्हा तिच्या मते आमची लग्नं व्हायची होती. हा गैरसमजुतीचा काळ होता फक्त चार ते पाच मिनिटांचा आणि पुन्हा ती पूर्ववत झाली. नाटकांच्या संदर्भात बोलू लागली.

मी पाटण्याला असताना बापूंची आईच्या विचित्र वागणुकीच्या संदर्भातली खिन्न करणारी पत्रं येत. तिला विनाकारण दोष दिला जात होता हे खूप उशिरा समजलं. माझ्या लग्नातही तिचं वागणं फार वेगळं होतं. सासरच्या माणसांचं मानपान योग्य रीतीने झालं नाही. मी सासरी नवखी. सासरी इतकी माणसं! मानपान योग्य न झाल्याचे परिणाम माझ्यावर झाले. कुणी बोलेचना माझ्याशी. नवरासुद्धा! पण ती तरी काय करणार? तिला हे सारं समजतच नव्हतं. कालांतराने डॉ. पालेकरांच्या नर्सिंग होममध्ये तिला ॲडमिट केलं होतं. पेरॉनॉइडच्या ट्रीटमेंटसाठी. तिथे तिला शॉक ट्रीटमेंट दिली जात होती. ती अतिशय केविलवाणी झाली होती. मला तिचं हे रूप बघवत नसे. ती 'नको नको' म्हणायची. पण त्यावेळेला तिच्या आजारासाठी हीच ट्रीटमेंट योग्य वाटली. मला तरी आई आठवत होती जी मला ढास लागल्यावर रात्र रात्र गरम तव्यावर फडकं गरम करून माझी छाती, पाठ, शेकत बसायची. जी माझ्या सुरेख वेण्या घालायची, जी शुभं करोति- पाढे म्हणायला लावायची, जी सुरेख गायची, ती आई अगदी केविलवाणी झाली होती. त्या शॉक ट्रीटमेंटचा तिला खरंच खूप त्रास होतोय हे दिसून येत होतं.

‘मला नका नेऊ हो तिथे!’ असं कळवळून ती सांगायची.

डॉ. प्रभू सायकिॲट्रिस्ट! आईला त्यांच्याकडे नेलं गेलं. त्यांची ट्रीटमेंट सुरू झाली. एकदा दादा आईला घेऊन डॉ. प्रभूंकडे गेला. तो बाहेर थांबला होता. आई डॉ. प्रभूंसमोर बसली होती. डॉ. प्रभूंनी अगदी सहज आईला विचारलं, ‘कशा आलात?’ आई म्हणाली, ‘एकटीच आले.’ डॉक्टर प्रभूंना आश्चर्य वाटलं. तिला ह्या कंडिशनमध्ये बापू-दादाने एकटं कसं काय जाऊ दिलं? नंतर त्यांनी त्यांच्या पद्धतीने आईला काही प्रश्न विचारले. साधारणपणे अर्धातास गेला असावा. आई निघाली, तेव्हा डॉ. प्रभूंनी आईला विचारलं, ‘एकट्या जाल ना व्यवस्थित?’ आई म्हणाली, ‘एकटी कशाला? सुहास आलाय ना सोबत!’ ‘कुठे आहे?’ ‘बाहेर थांबलाय. त्याच्याच बरोबर आले– टॅक्सीने.’ डॉ. प्रभू चक्रावले. आईने अगोदर सांगितलं ‘एकटीच आले.’ आता म्हणते ‘दादाबरोबर आले.’ त्यांना शंका आली. त्यांनी बापूंना भेटायला बोलावलं. आईची परिस्थिती सांगितली. त्यांनी स्पष्ट सांगितलं की आईची मानसिक अवस्था ठीक आहे. पण शारीरिक अवस्था ठीक नाही. तिचं तातडीने सी. टी. स्कॅन करायला हवं, असं वाटतं. डॉ. प्रभू आधी का नाही भेटले? हा सल्ला अगोदरच मिळाला असता तर तिचे सर्व प्रकारचे हाल जे झाले ते वाचले असते. डॉ. प्रभूंच्या सांगण्यानुसार आईचं स्कॅनिंग केलं. त्यात फोरहेड फ्रंट लोपमध्ये ट्युमर डिटेक्ट झाला.

मी त्या दरम्यान पाटण्याला होते ती मुंबईत आले. रात्री आईला भेटायला के. इ. एम. हॉस्पिटलमध्ये गेले. ती न्युरोसर्जरी वॉर्डमध्ये ॲडमिट झाली होती. ती तेव्हाही शांत होती. तिला कसलंही दडपण आलेलं नव्हतं. दुसऱ्या दिवशी सकाळी तिचं ऑपरेशन होणार होतं. ‘कशी आहेस आई?’ असं विचारल्यावर तिनं सांगितलं, ‘छान आहे. जे होईल ते ठीकच असेल. मनू कुठे आहे?’ मृण्मयीला मी वांद्र्याच्या घरी वहिनी-दादाकडे ठेवून आले होते. ते तिला सांगितलं. ‘उद्या सकाळी येते!’ असं सांगून मी व बापू रात्री साडेअकराच्या दरम्यान घरी आलो. बारा वाजता फोन खणखणत होता. हॉस्पिटलमधून आला होता. ‘आई कोमात गेली होती!’ जाणिवेच्या तिच्या अवस्थेमधली ती तिची आणि माझी शेवटची भेट ठरली. ती कोमात होती आणि त्याच अवस्थेत तिचं

ऑपरेशन झालं. तब्बल बारा तास! डॉ. पंड्या मेन सर्जन आणि डॉ. देवल ॲनॉस्थेटिस्ट! मधे एक वेळ अशी आली होती की डॉ. देवल ऑपरेशन थिएटरच्या बाहेर आले आणि बापूंना म्हणाले, 'आम्ही शिकस्त करत आहोत पण वहिनी जवळ जवळ गेल्यातच जमा आहेत.' दोन्ही डॉक्टरांच्या पराकोटीच्या प्रयत्नांवर बापूंचा विश्वास होता. आई वाचली. पण नंतर निदान मला तरी असं वाटलं, ती तेव्हा नसती वाचली तर चाललं असतं. कारण कोमातून बाहेर तर पडली, संगीताने हा चमत्कार घडवून आणला, पण ती पूर्वीसारखी कधीच झाली नाही. ती कुणालाच ओळखत नव्हती. तिच्या मनात काय विचार चालू असायचे, हे नंतर कळलंच नाही कधी. ती फक्त होती. तिच्यातली 'वसुंधरा' मात्र हरवली होती.

ह्या संपूर्ण काळात बापूंनी केलेली आईची सेवा वादातीत होती. एक पुरुष इतकं करू शकतो? हो. आम्ही बघितलंय. आणि करावं म्हणजे किती करावं? रात्र झाली होती. मी आणि राजन वांद्र्याला गेलो होतो. आईचं ह्या जावयावर भारी प्रेम होतं. राजन वांद्र्याला आले की, ती अगदी मनापासून त्यांची सरबराई करायची. तीच आता राजनलाही ओळखत नव्हती. तिच्या छातीत, घशात कफ साठत होता. ती घरघरच लागली होती. सक्शन मशिन घरी आणणं शक्य नव्हतं आणि हॉस्पिटलमध्ये तिला न्यावं अशा परिस्थितीत ती नव्हती. बापूंनी दुकानातून जरा मोठं तोंड असलेल्या जाड प्लॅस्टिकच्या स्ट्रॉज आणल्या. स्ट्रॉ तिच्या घशात घालून तो कफ त्या स्ट्रॉ मधून शोषून काढत होते. स्ट्रॉ मध्ये जमलेला कफ पाण्याच्या बादलीत टाकत होते. असं पंधरा-वीस वेळा त्यांनी केलं आणि तिची घरघर कमी झाली. घरघर वाढली की पुन्हा हाच क्रम ते सुरू करत होते. पण ही घरघर शेवटची होती. २९ जानेवारी १९९० रात्री सव्वाअकरा की साडेअकराच्या दरम्यान आई गेली.

आई गेली! तिने आयुष्यभर सर्वांचं वेळापत्रक सांभाळलं. दादाचे, माझे नाटकांचे प्रयोग, बापूंच्या कार्यक्रमाचे दौरे, अण्णांच्या जेवण्या-खाण्याच्या वेळा, सणवार सर्व काही तिनेच सांभाळलं. इतकं की आम्हां तिघांनाही कधीही कसलीही तोशीस पडू दिली नाही. आता हेच पाहा ना,

माझं दुसरं बाळंतपण! आईचा आजार कळून, ऑपरेशन होऊनही होत्याचं नव्हतं झालेलं तिचं – तेव्हा मैत्रेय जन्मला. भीती वाटत होती तेव्हा की, मैत्रेयचा जन्म आणि नंतर लगेचच आईचं काही बरं वाईट झालं तर! मैत्रेयचं बारसंही ह्याच काळजीत पार पडलं. मग मृण्मयीचं शूटिंग! मग मैत्रेयचा पहिला वाढदिवस आणि त्यानंतर मृण्मयीच्या 'कळत नकळत'चा प्रिमियर! मध्ये गुढीपाडवा, दसरा, दिवाळी हे सण झाले. आईने असा कुठलाही दिवस निवडला नाही. तिने सर्व सण आणि सर्व आनंदाचे प्रसंग यथोचित पार पडू दिले. तिला, मला मुलगा झाल्याचं कळलं होतं का? मनूचा सिनेमा येतोय, हे समजलं होतं का? कुठल्याही ह्या दिवसांशी तिने तिचं गमन जोडलं नाही. अतिशय साध्या दिवशी, जो आमच्यासाठी साधा होता, तो दिवस तिने निवडला. तिने जातानाही आमच्या सगळ्यांच्या वेळा

सांभाळल्या. माणसाचं मन खरंच विचित्र असतं. ते अशी तुलना करत राहतं. माझं मनही त्याला अपवाद नव्हतं.

आईच्या जाण्याने बापू खऱ्या अर्थाने एकटे झाले. त्यांचं व्यवधान संपलं. जिच्यासाठी ते होते तीच राहिली नाही. आम्ही मुलांनी तसं आईसाठी काहीच केलं नाही. जे काही केलं ते एकट्या बापूंनीच.

देवही असे आजार अशा माणसांच्या घरी देतो, जिथे त्या आजारी माणसाची योग्य ती काळजी घेतली जाईल.

बापूंनी जमवलेला आणि आईने आनंदानं सांभाळलेला गोतावळा आईच्या ह्या आजारपणात हळूहळू कमी होत गेला. काही नाती तुटली ती त्या डॉक्टरांच्या आणि बापूंच्यामुळे. बापूंना तेव्हा कळलं नाही की ह्या एका मैत्रीमुळे ते त्यांच्या नकळत अनेक माणसं तोडत आहेत. कारण कुठलीही बाब असो, डॉक्टर स्वत:चं मत देणारच आणि बापूही डॉक्टरांना इतरांवर अक्षरश: लादत होते. बापूंना मान द्यायचा, त्यांचा मान ठेवायचा. त्यांच्यावर सगळ्यांनी जे प्रेम केलं त्या खातर काही काळ सर्वांनीच डॉक्टरांनाही मान दिला आणि जेव्हा अति झालं असं वाटलं तेव्हा एक-एक करून दूर व्हायला लागले. काही जणांनी तरीही नाती जपली पण त्यात तात्पुरतेपणाच जास्त होता. मी हा दोष किंवा रोष म्हणून नाही सांगत, पण आई नेहमी म्हणायची, 'अति तिथे माती!' हे तसंच घडत होतं.

ह्या सर्व काळात म्हणजे आईच्या आजारपणापासूनच्या काळात बापूंना ओशो भेटले, ते अगदी शेवटच्या क्षणापर्यंत. ह्या ओशोंना भेटवलं दादाच्या मित्राने श्री. गिरीश ठक्कर. गोरं गोरं गोल गरगरीत टक्कल, किंचित स्थूल पण देखणं व्यक्तिमत्त्व. गुजराथी असून मराठी साहित्याचं वाचन खूप. दादा वपुंचा मुलगा हे कळल्यावर दादाच्या सोबतीने घरी दाखल झाले. ह्यांचा व्यवसाय गोदरेजसारख्या बड्या कंपन्यांना 'मटेरियल' सप्लाय करायचा. दादा गोदरेजमध्ये नोकरीला असल्यामुळे दोघांची ओळख आणि दादाच्या उमद्या स्वभावामुळे त्या ओळखीचं मैत्रीत झालेलं रूपांतर! श्री. ठक्कर ओशोंचे भक्त. त्यांनी बापूंना ओशोंच्या काही कॅसेट्स ऐकायला दिल्या आणि बापू ओशोप्रेमी झाले.

ह्याच दरम्यान जे लिखाण बापूंच्या हस्ते झालं ते अगदी वेगळ्या स्वरूपाचं झालं. श्री. ठक्कर यांच्यामुळे ओशो ऐकायला लागलेले बापू, नंतरच्या काळात फक्त ओशो ऐकत राहिले. ओशोंच्या संपूर्ण कॅसेट्सचा संग्रह त्यांच्याकडे आहे.

खरं तर ओशोंनी जे जे मांडलं तसंच काही अंशी ओशो ऐकण्याअगोदर बापूंनी 'आपण सारे अर्जुन' ह्यात मांडून झालेलं होतं. मुळातच त्यांची विचारसरणी तशी होती. म्हणून ओशो त्यांना खूप जवळचे वाटले. ओशोंच्या सांगण्याचा बापूंवर जास्त जास्त परिणाम होत होता. 'तू भ्रमत आहासी वाया' हे त्यांचं एक उत्तम उदाहरण आहे. त्यांच्या लिखाणाचा पॅटर्न बदलला. तेही तसे बदललेच.

तसंच डॉ. प्रभू, हो त्यांचं नाव डॉ. राजन प्रभू आहे. बापू त्यांना खऱ्या अर्थाने 'प्रभू' म्हणत. कारण हेच एकमेव डॉक्टर होते, ज्यांच्यामुळे आईच्या आजारपणाचं स्वरूप समजलं. डॉ. प्रभूंचं घरी येणं होत असे, तसं क्वचितच. कारण ते स्वत: खूप बिझी असत. आजही ते बिझीच असतात. अनेक घरांतली अनेक माणसं, त्यांची कोडी सोडवत राहायचं, हे किती कठीण काम. मी सुद्धा डॉ. प्रभूंना भेटले. त्यांना प्रत्येक वेळेला अगदी शांतच बघितलंय. अतिशय पेशन्स ठेवून ते समोरच्याची दु:खं ऐकून घेतात. इतर कुठल्याही आजारापेक्षा मनाचा आजार हा किती गंभीर आहे. शरीराचा आजार अनेक तऱ्हेच्या टेस्टनी कळू तरी शकतो. पण मनाचे आजार कळणं किती कठीण. बापूंचं आणि डॉ. प्रभूंचं ह्या अशा विषयावर बरंच बोलणं होत होतं. 'रंग मनाचे' पुस्तक व त्यातली कथानकं ह्याच दरम्यान लिहिली गेली. ह्यातल्या कथानकांबद्दल मेडिकल ग्राऊंडवर बापूंनी अभ्यास केला. शिक्षक अर्थातच डॉ. प्रभू होते. ज्या विषयावर गोष्ट आधारित असे त्या विषयाची संपूर्ण माहिती करून घेऊनच बापूंनी गोष्ट मांडली. प्रत्येक लेखकाला हे आवश्यकच असतं, अभ्यासाशिवाय त्या गोष्टीला खोली मिळत नाही. 'मिडलँडिंग' नावाची गोष्ट किंवा 'मिलॉर्ड' गोष्ट बापूंच्या त्या विषयातल्या ज्ञानाची झलक दाखवतात.

ह्या दरम्यान त्यांचे भारताबाहेर अनेक कार्यक्रम झाले. सोबतीला डॉक्टर होत्या. खरं तर कधी कधी, नाही बरेचदा मला हे खटकायचं. पण

आमचा कुणाचाही विरोध उपयुक्त ठरला नाही. हा विरोध असण्याचंही एक कारण होतं. डॉक्टरांचं बापूंच्या आयुष्यात डोकावणं त्यांना चालत होतं, हवंही होतं. पण त्या आमच्या आयुष्यातही डोकावू लागल्या. बापूंसाठी आम्ही काही काळ हेही मान्य केलं. आम्ही आमचे प्रश्न बापूंकडे एक वडील ह्या नात्याने घेऊन जात होतो, पण नंतर नंतर त्यांच्यात वडील कमी भेटत राहिले आणि डॉक्टरांचे मित्र जास्त भेटले. प्रत्येक व्यक्तीची स्वत:ची अशी एक गरज असते, तशी ती बापूंची गरज होती. ही मैत्री एक इंडिव्हिज्युअल म्हणून, कुणी मान्य करा अथवा नका करू ह्या धर्तीवर. डॉक्टरांनीही बापूंसाठी त्यांच्या परीने खूप केलं. रात्री-अपरात्री बापूंना इंजेक्शन देण्यासाठी येत. अस्वस्थता असायची त्यांना तेव्हा ते स्वस्थ होईपर्यंत सोबत करत. गंमत अशी की डॉक्टरांच्या घरी ह्या मैत्रीला हरकत नव्हती आणि बापूंच्या घरी मात्र हरकत होती, ह्याचं बापूंना वाईट वाटायचं. पण एक गोष्ट त्यांच्या लक्षात कधी आली नाही की, बापूंनी डॉक्टरांच्या घरच्या माणसांच्या पर्सनल लाईफमध्ये डोकावण्याचा प्रयत्न केला नाही. ते कधीच तसे वागले नाहीत. ज्यांनी आपणहून त्यांना सामावून घेतलं, प्रश्न विचारले, गायडन्स मागितला तिथेच ते बोलले.

डॉक्टरांच्या मैत्रीमुळे बापूंना आनंद होता हीच एक जमेची बाजू. आईची विकलांग अवस्था, तिचं बापूंनासुद्धा न ओळखणं! बापूंना किती सहन करावं लागलं? श्री. हुदलीकर, स्मितामावशी, माधुरीमावशी, भागवतकाका ह्यांनी बापूंना कायम साथ दिली. पण हुदलीकर मात्र नंतर एकदम वेगळे झाले. अचानक सुरू झालेली मैत्री अचानकच संपली. काकांकडे असतीलही कारणं, पण मला ती माहिती नाहीत, करून घ्यावीशी वाटली नाहीत.

बापू सांगायचे, ‘प्रेम, मैत्री केव्हा टिकते? जेव्हा समोरच्या माणसाच्या दुर्गुणांवर प्रेम करता येतं तेव्हाच. म्हणून प्रेमात-मैत्रीत मित्राच्या, प्रियकर, प्रेयसीच्या दुर्गुणांवर प्रेम करावं, मग प्रश्नच निर्माण होत नाहीत. गुणांवर सर्वच प्रेम करतात. पण ते कालांतराने टिकत नाही.’ बापू हे नुसतं बोलले नाहीत, तर त्यांनी तसं केलंही. त्यांनी माझ्या, दादाच्या दुर्गुणांवरही प्रेम केलं म्हणूनच शेवटपर्यंत ते आमच्यासाठी

होते. त्यांनी डॉक्टरांच्या दुर्गुणांवर प्रेम केलं म्हणूनच...

थॉमस कुक कंपनीबरोबर बापू व डॉक्टर युरोप टूरवर गेले. टूर होती महिना का सव्वा महिन्याची. राहण्याची उत्तम सोय. फिरण्याची सोय आणि जेवणाची सुद्धा. दहा दिवस झाले असतील जाऊन. एका ठिकाणाहून दुसऱ्या ठिकाणी टूर गेली. मला त्या शहराचं नाव आठवत नाही. त्या शहरातल्या ज्या हॉटेलमध्ये राहण्याची सोय केली होती, त्या हॉटेलमध्ये चोऱ्या होतात हे कंपनीतर्फे आधीच सूचित केलं होतं. प्रत्येकाने आपापल्या सामानाची योग्य ती खबरदारी घ्यायची होती. चोरी झाली तर कंपनी जबाबदार नव्हती. संध्याकाळची वेळ असावी. साइटसिइंग करून ग्रुप परतला होता. बापूंना थकवा वाटत होता म्हणून ते त्यांच्या रूममधे विश्रांती घेत होते. डॉक्टर त्यांना भेटायला गेल्या. काही वेळ सोबत केली. नंतर काही तरी आठवलं म्हणून त्या त्यांच्या रूममध्ये गेल्या तेव्हा बापूंना झोप लागली होती. डॉक्टर त्यांच्या रूममधे गेल्या; पण जाताना बापूंच्या खोलीचं दार उघडंच ठेवलं. कदाचित त्या परतून येणार असतील आणि बापूंची झोपमोड होऊ नये म्हणून दार उघडं ठेवलं असेल. काहीही कारण असो. पण बापूंच्या सामानाची त्या दरम्यान चोरी झाली आणि काय काय चोरीला जावं? पासपोर्ट, तिकिट, पैसे, कॅमेरा– जो लेन्ससकट त्रेपन्न हजारांचा होता. बापू उठले तेव्हा हबकलेच! पासपोर्ट नाही म्हणजे त्यांची 'ओळख'च नाही. पुढला प्रवास जाऊच दे, पण परतून भारत, मुंबई, वांद्रा, घर गाठायचं कसं? पैसे नाहीत!

शोधाशोध बरीच केली गेली, पण चोरीला गेलेल्या वस्तू अशा सापडतात का? दुसऱ्या दिवशी टूर दुसऱ्या शहरासाठी निघणार होती आणि बापूंच्या ह्या अशा संपूर्ण असहाय्य परिस्थितीत, मन:स्थितीत त्यांना तसंच सोडून डॉक्टर पुढल्या टूरसाठी निघून गेल्या. त्यांना असंही वाटलं नाही की, बापूंच्या ह्या अवस्थेला त्याच जबाबदार होत्या. त्यांनी बापूंच्या रूमचं दार उघडं ठेवलं. बापू झोपलेले, चोराने त्याचं काम केलं. दार बंद करून घेतलं असतं तर पुढचे सर्व कठीण प्रसंग टळले असते. त्याच टूरबरोबर पुण्याचे डॉ. प्रकाश साठे होते. बापूंच्या अशा परिस्थितीत त्यांनी साथ दिली. त्यांनी त्यांची टूर अर्धवट सोडली.

त्या हॉटेलध्ये राहता येणं शक्य नव्हतं. कारण पुढल्या दिवसांचं बुकिंग नव्हतं. ते त्यांना दुसऱ्या ठिकाणी कुठे घेऊन गेले. कशी तरी पासपोर्टची तात्पुरती सोय केली आणि ते बापूंना घरापर्यंत घेऊन आले. कोण कुठली व्यक्ती, ना परिचय, ना पाहिलेलं कधी आधी, पण 'वपु' ह्या एका नावासाठी त्या व्यक्तीने कष्ट घेतले. नैतिक जबाबदारी समजली आणि इथे वर्षानुवर्षं एकत्र राहिलेली, जिला बापूंनी तिचे शब्द म्हणजे पूर्व दिशा मानलं, तसं वागवलं, ते स्थान दिलं तिने पाठ फिरवली. बापूंनी कदाचित सांगितलं असेलही डॉक्टरांना की, 'तुमचे पैसे वाया घालवू नका. तुम्ही टूर पूर्ण करा.' पण म्हणून खरंच डॉक्टरांनी पुढे निघून जावं?

बापू म्हणायचे प्रत्येक व्यक्ती म्हणजे एक 'पॅटर्न' असतो. असा का? ह्या प्रश्नाला अर्थ नाही. पण केव्हातरी त्यांच्याही मनात हे विचार आले असतीलच 'असं का?' पण त्यांनी कधी तसं प्रत्यक्षात विचारलं नसणार, ह्याची मला खात्री वाटते. 'पार्टनर' मधला 'श्री' आठवतो? किरण त्या श्रीला म्हणते, 'तुझ्या ह्याच स्वभावाचा फायदा सगळेजण घेतात!' श्री मनातल्या मनात किरणला विचारतो, 'तू काही वेगळं करत्येस का?' डॉक्टरांचा हा दुगुर्ण बापूंनी पोटात घातला.

अकरा झपुर्झाला अवकळाच आली होती. आई असायला हवी होती. तिने बापूंना सावरलं असतं. ओशो बोलत राहिले. बापूंनी ओशोंच्या विचारांवर लेखन केलं. पुढे पुढे त्यांच्याकडून लिखाण व्हायचं नाही. बापूंना स्टेनो मिळाली. ह्या मावशी अशाच बापूंच्या साहित्यावर प्रेम करणाऱ्या. त्या स्वत: कॅन्सर पेशंट– सौ. अनघा पत्की. त्या ठाण्याहून वांद्र्याला यायच्या. बापू सांगत जायचे, त्या लिहीत जायच्या. त्यांचा आजार, ट्रीटमेंट सर्व सांभाळून त्या येत राहिल्या. कालांतराने जेव्हा आजाराचं प्रमाण वाढलं तेव्हा त्यांना हा प्रवास झेपेनासा झाला. सुचेता सुर्वे नक्की केव्हापासून यायला लागली माहीत नाही. ती बापूंची स्टेनो झाली. आम्ही तिला 'सु' म्हणायचो. 'प्लेझर बॉक्स – भाग दोन' च्या कामातही तिने बापूंना खूप मदत केली होती. आई गेल्यानंतर घरात बाईमाणूस कुणीच नव्हतं. बाईचा हात घरावरून फिरला नाही तर अवकळा यायला फार कालावधी जावा लागत नाही. कधी माधुरीमावशी

आल्या तर साफसफाई व्हायची. कधी मी जायची, कधी स्मितामावशी! आणि कुणा गरजवंतालाही बापूंनी आश्रय दिला.

बापूंचं काही ना काही नवं आणणं चालू राहिलं. म्हणायचे, 'स्वाती, स्वत:ला रमवतोय. ह्या वस्तूंची मला गरज नाही. पण हा एक चाळा आहे. उगीचचाच. खरं तर ह्या अशा वस्तू ज्यांचा संसार नुकताच सुरू झाला आहे. त्यांच्याकडे हव्यात.' मग ते एखादी आवडलेली वस्तू डबल खरेदी करू लागले. एक त्यांच्यासाठी, एक माझ्यासाठी. घरात अजूनही ठाकठोक चालू असायची. कधी जावं घरी, तर नवीन टेलिव्हिजन दिसायचा. कधी नवीन फ्रिज बघितला. अगदी वॉशिंग मशिनसुद्धा नवीन! बापू म्हणाले, 'मला आता बिघडलेली अशी एकही वस्तू घरात नकोय. सर्व व्यवस्थित चालणाऱ्या वस्तू हव्यात. वसुंधरेलाही असंच हवं असायचं. एक वेळ वस्तूच नसली तरी चालेल. पण जे काही आहे, ते व्यवस्थित हवं. जसं ती ठेवायची, तसंच घर हवं मला.'

त्यांनी ओशो ऐकला पण त्यांना तो स्वत:मध्ये भिनवता आला नाही. ते अलिप्त होऊ शकले नाहीत. पण नंतर नंतर मृत्यूबद्दल फार बोलायचे. तसं त्यांचं लिखाण कमीच झालं होतं. त्यांना 'रस' उरला नव्हता. 'सुचत नाही' असं सारखं म्हणायचे. कुठलंही नातं, कुठलीही मैत्री, अगदी डॉक्टरांचीसुद्धा, त्यांना ह्या डिप्रेशनमधून बाहेर काढू शकली

नाही. कार्यक्रम मात्र होत होते. कधीही येणारा ब्लड प्रेशरचा अॅटॅक आणि अस्थमा त्यांना कार्यक्रमासाठी अडचणीचा नाही ठरला. स्टेजवर माईक समोर एकदा उभे राहिले की ते सर्व जग, सगळ्या विवंचना विसरून जायचे. लक्षात राहायचं एकच– समोरचे रसिक आणि त्यांच्याकडून येणारा प्रतिसाद. आईचा असा एकही चांगला फोटो नव्हता की जो एन्लार्ज करता येईल. एकटीचा फोटो तर अगदी दुर्मिळच. एक दिवस बापूंनी आईचं पोर्ट्रेट तयार केलं. संपूर्ण चित्रं काळ्या शाईच्या त्यांच्या आर्किटेक्चरसाठी वापरण्यात येणाऱ्या पेनाने. ठिपक्या ठिपक्यांनी आई साकार होत गेली. तेच पोर्ट्रेट छानसं फ्रेम करून घरी आणलं, लावलं. फ्रेमला एका कोपऱ्यात स्केचपेनचं टोपण चिटकलं. त्यात बापू फूल ठेवायचे. पोर्ट्रेटच्या खाली बापूंनी लिहिलं. 'जाने कहाँ गये वो दिन...'

'मेरा नाम जोकर' आईचा अतिशय आवडता चित्रपट. बापूंचाही. ह्या चित्रपटाला यश मिळालं नाही ह्याचं ह्या दोघांना खूप वाईट वाटायचं. साप्ताहिकीमधे संपूर्ण आठवड्याच्या विविध कार्यक्रमांची माहिती ऐकताना कळलं की रविवारी 'मेरा नाम जोकर' टी. व्ही. वर दाखवणार आहेत. सिनेमा तर बघायचाच पण दुसऱ्यांच्या घरात बसून नाही. त्यावेळेला घरी टी. व्ही. नव्हता. पण 'मेरा नाम जोकर'चं प्रेम इतकं होतं, की बापूंनी आईसाठीच खास करून त्याचदिवशी झारापकरांकडून टी. व्ही. हप्त्याच्या योजनेखाली विकत घेतला आणि अशा तऱ्हेने पहिला टी. व्ही. बारा इंचाचा की अठरा इंचाचा, ब्लॅक अँड व्हाईट घरी आला. आम्ही चौघांनी मिळून 'मेरा नाम जोकर' स्वत:च्या घरात आरामात बसून बघितला.

पत्ते खेळणं हे बापूंना कधी जमलं नाही, आवडलंही नाही. त्यांना तो वेळेचा अपव्यय वाटायचा. आईला पत्ते खेळायची खूप आवड. आईच्या आईलाही आवड होती. पण तो काळ कुणाला पत्ते खेळण्यासाठी सवड देत नव्हता. आजी सतत स्वयंपाकघरातच असायची. ह्यावरून एक आठवलं. एकदा आई आजीला भेटायला गेली होती. आईने आजीला फिरायला नेलं. वाटेत एका हॉटेलमधे इडली-सांबार खायला दिलं. बिल भरल्यावर सुट्टे पैसे बडिशेपच्या

बशीतून टेबलावर आले. दहा पैसे होते. आईने ते टीप म्हणून ठेवले. आजी सारखी आईला सांगत होती,
'माले, पैसे राहिले.'
'तू चल. ते पैसे असू दे.'
'माले, तू पैसे का ठेवलेस?'
'असे ठेवतात. चल.'
'थांब जरा. येते.'
असं म्हणून आजी टेबलापाशी गेली आणि बाहेर आली. आईने विचारलं,
'काय झालं?'
तिने तिची मूठ उघडून दाखवली आणि आईला म्हणाली,
'दहा पैसे ठेवलेस. मग निदान त्या पैशाएवढी बडिशेप नको का घ्यायला?'

आणि आज शंभर रुपयेसुद्धा टीप ठेवली जाते. बदल्यात कडक सॅल्यूट मिळतो. दोन पिढ्यांच्या आचार-विचारात किती फरक पडला!
तर सांगत होते पत्त्याबद्दल आणि पोहोचले आजीपर्यंत!

आईला पत्ते खेळायला आवडायचे– रमी, वख्खई, तीनशेचार. ती नेहमी बापूंना खेळायला बोलवायची. शेवटी बापूंनी तिची हौस भागवायची ठरवली. ती जोपर्यंत 'आता पुरे' असं म्हणत नाही तोपर्यंत खेळायचं असं ठरवलं आणि बापू खरोखरच तसे खेळले. बापू, आई, मी, दादा. नुसती मजा चालली होती त्या दिवसांत. आई बुद्धिबळही छान खेळायची. दादाला बुद्धिबळ शिकवणारी आईच होती. कॅरमचाही अड्डा बसायचा. पण ह्यात बापू माहीर होते. कुठून कशी सोंगटी पॉकेटमधे जायची काही कळायचं नाही. त्यांचा स्ट्राईकच वेगळा असायचा. दादा आणि मी जर पार्टनर असू तर माझी 'बावळट' ह्या विशेषणाने अनेकवेळा वाखाणणी व्हायची. माझ्यामुळे तो हरला की चिडलाच. स्क्रॅबल हा स्पेलिंगचा गेम माझ्या लहानपणचा. आई, बापू, मी, दादा आलटूनपालटून खेळायचो. फक्त मॅट्रिकपर्यंत शिकलेली आई ह्या खेळात जिंकायची. ती फक्त घरेलू नव्हती, ती हुषारही होती. दादा आजही म्हणतो ना, 'आई गोंडस होती.'

आईचा ओढा दादाकडे होता आणि माझा ओढा बापूंकडे. एक टिपिकल चाळीची अशी जात किंवा खोड असते. सर्व चौकशा प्रत्येक घराविषयी प्रत्येक घर करत असतं. आई-बापू वेगळेच होते. बापू तर नाइलाजाने चाळीत राहात होते; पण आई चाळीतच वाढली. तरीही ती 'टिपिकल' झाली नाही.

अशाच एक बाई चाळीतल्या. मराठे त्यांचं नाव. त्यांनी एकदा मला विचारलं, 'तुला आई आवडते की बापू आवडतात?' 'दोघेही' मी म्हटलं. 'असं नाही, एकच सांगायचं'. 'दोघेही' हे असं चार-पाच वेळा झालं. मी तेव्हा इतकी लहान होते, की असा काही फरक असतो का? हेही कळत नव्हतं. शेवटी मी कंटाळून सांगितलं. 'बापू'. आता त्या मराठेबाईंनी गप्प बसायला हवं ना? पण नाही. त्यांनी हे आईला सांगितलं. आईने मला विचारलं. तिने मला हे विचारत असताना मी रडू लागले आणि आईही. बापूंना ह्या गोष्टीचं खूप वाईट वाटलं होतं. लहान मुलांना असे प्रश्न विचारून मोठी माणसंच लहानांच्या मनात आवड-निवड असा भेद निर्माण करतात, अशी तुलना करायला शिकवतात. मुलं मग सोयीनुसार बाजू घ्यायला शिकतात. बापूंनी आईला खूप समजावलं; पण ती दुखावली गेली होती आणि मी घाबरलेली होते.

माझ्या मनात डोळ्यांसमोर असे अनेक मोंटाज उभे राहतात. त्यांना क्रम देता येत नाही. कधी एखादा प्रसंग जास्त तीव्रतेने आठवला जाऊन वेदना देतो तर कधी एखादी घटना आठवून डोळ्यांत पाणी येईपर्यंत हसू येतं.

माझी आणि आईची संगत फक्त वीस वर्षांची. त्यातली पाच तर वगळून टाकायला हवीत कारण तिच्या नमूद न झालेल्या आजारपणाची, त्यामुळे झालेल्या विक्षिप्त स्वभावाची ती वर्षं होती. म्हणजे खरं तर तिचा-माझा सहवास तेरा वर्षांचाच. विसाव्या वर्षी माझं लग्न झालं आणि मी काळेची चांदोरकर झाले; पण ह्या तेरा वर्षांच्या छोट्याशा काळातल्या आईच्या इतक्या रम्य आठवणी माझ्याकडे आहेत, की मी आजही त्या विसरू शकत नाही. मग पूर्ण आयुष्य एकत्र काढलेल्या बापूंचं काय होत असेल? आई गेल्यावर ते इतके हळवे झाले होते, की त्यांना अगदी लहान लहान गोष्टींनीही भरून यायचं आणि खटकणाऱ्या प्रसंगांनी रडू यायचं. मृण्मयीला जेव्हा 'कळत नकळत' सिनेमातल्या कामासाठी बेस्ट चाईल्ड आर्टिस्ट ऑफ द इयर – नॅशनल ॲवॉर्ड बातम्यांमधून घोषित झालं, तेव्हा ते अक्षरश: नाचले होते. ती चौथी पिढी होती जिने कलाक्षेत्रात यश संपादन केलं. राष्ट्रपतींकडून बक्षीस घेऊन मृण्मयीने ज्या तऱ्हेने त्यांना नमस्कार केला, ते बघून ऑडिटोरिअममध्ये बापू आनंदाश्रूंनी न्हाऊन निघाले होते. त्यात आनंदाबरोबर दु:खाचे अश्रूही मिसळलेले असतील कारण आई तेव्हा नव्हती. तिच्यापर्यंत ती बातमी पोहोचली नव्हती. तिला खचितच बापूंइतका आनंद झाला असता. आईला तनूच्या सर्व ॲक्शन्स कायमच्या साठवून ठेवायच्या होत्या म्हणून ती म्हणायची, 'सतत कॅमेरा ऑन पाहिजे.' तनू तशी भाग्यवान. तिला आजीचा सहवास मिळाला. मृण्मयी, मैत्रेय आणि ऐश्वर्याला हे आजीचं प्रेम नाही मिळू शकलं.

हे असं आज मी सांगते ना, तसं बापूही काही काही आईबद्दल सांगायचे. आम्ही ऐकण्याचं काम करत राहिलो; पण जेव्हा समोर कुणी ऐकणारं नव्हतं, तेव्हा बापूंनी काय केलं असेल? सतत माणसांच्या सहवासात राहिलेली व्यक्ती एकटी होते तेव्हा ह्या एकटेपणाच्या यातना किती असतील? ते घर सोडायला तयार नसत. पूर्वी कार्यक्रम संपला रे संपला की मिळेल त्या मार्गाने ते लगेचच घरी परत येत. तेव्हा त्यांच्यासाठी 'वाट

पाहणारे दार' होतं. ते आई गेल्यानंतरही कार्यक्रम संपला रे संपला, की तसेच घरी परतून येत होते. त्यांना माहीत होतं, की आता वाट पाहणारं कुणी नाही. बेल वाजवून उपयोग नाही. आपल्याकडच्या चावीनेच दार उघडायला लागणार आहे. 'कसा झाला कार्यक्रम?' असं विचारणारं कुणी नाही तरी त्या वास्तूची ओढ कायम राहिली. ते कुठेही रमले नाहीत.

डॉक्टर रिटायर झाल्या. हॉस्पिटल क्वार्टर्स सोडायला लागले. त्यांना स्वत:ची राहण्याची सोय करायची होती. त्यांचं स्वत:चं जे घर होतं तिथे त्यांचा मुलगा राहात होता. त्या त्यांच्या यजमानांबरोबर बापूंकडे राहायला

आल्या. आम्हाला बरं वाटलं. बापूंना सोबत झाली. मला नक्की माहीत नाही; पण असं ऐकिवात आलं होतं की, बापूंना डॉक्टरांचं वास्तव्य नको होतं. तसं त्यांनी काही जणांजवळ बोलून दाखवलं होतं. मला ही गोष्ट फारच उशिरा समजली. आधी समजली असती तर बापूंना मी नक्की विचारलं असतं, 'घर तुमचं आहे. इथे कुणी राहायचं हे तुम्ही ठरवायचं आणि त्याप्रमाणे स्पष्टही तुम्हीच सांगायचं.' पण बापू तसं काही डॉक्टरांना बोलले नाहीत आणि ती दोघं वांद्र्याला बापूंच्या घरी राहू लागले. मग तर माझं बापूंकडे जाणं अजूनच कमी झालं.

बापू ह्या दिवसांत मृत्युपत्र करायच्या तयारीला लागले होते. ते सतत ह्याचबद्दल बोलायचे. मला म्हणायचे, 'ज्या दिवशी मी जाईन त्या वर्षी पुस्तकं चांगली खपतील. तुला आणि सुहासला चांगली रॉयल्टी मिळेल. तुम्हा दोघांवर मी कुठलंही कर्ज ठेवलेलं नाही. ब्लॉक संपूर्णपणे माझ्या नावावर झाला आहे. जर तुम्हाला अकरा झपुर्झा विकावंसं वाटलं तर कुठलीही अडचण येणार नाही. शिवाय आता आपल्याला एक बेडरूमही वाढवून मिळाली आहे. हीच जर वसुंधरेच्या वेळेस मिळाली असती तर फार बरं झालं असतं. तेव्हा ह्या एका जास्तीच्या बेडरूमची फार आवश्यकता होती. आयुष्य असंच असतं. हे तू लक्षात ठेव. तुझी दोन्ही मुलं खूप गोड आहेत. त्यांना चांगलं वाढव. आम्ही आमच्या परीने तुम्हा दोघांना काही कमी पडू दिलं नाही. तरी काही ना काही राहिलं असेल तर विसरून जा. मनात ठेवू नकोस. मी मृत्युपत्रात सर्व व्यवस्थित लिहून ठेवणारच आहे.' अशी निर्वाणीची भाषा वरचेवर करत असत.

जी काही त्यांनी तग धरली होती ती ओशोंच्या विचारांमुळे होती. श्री. यशवंत देव हेही ओशोंचे भक्त किंवा अनुयायी. त्यामुळे त्यांच्याकडे जाणं होत होतं. विचारांची देवाण-घेवाण होत होती. ह्या मैत्रीत त्यांना काही तरी गवसत होतं. ते नेहमी सांगायचे, 'मित्र असा असावा की, ज्याच्यामुळे आपली वैचारिक उंची वाढेल.' डॉक्टरांना असा मित्र बापूंच्या रूपाने जरूर मिळाला. ते मला अजूनही एक प्रश्न विचारत, 'स्वाती, अशी किती माणसं तू मिळवली आहेस; जी, जे काही तुला सांगतील, ते तुझ्या चांगल्यासाठीच आहे, हा विश्वास ठेवून तू त्याप्रमाणे का, असा प्रश्न न विचारता वागशील? आणि अशी किती माणसं

आहेत जी तू जे काही त्यांना सांगशील, ते तुला का, हा प्रश्न न विचारता करतील?' मी दोन्ही प्रश्नांना उत्तर देऊ शकले नाही. कारण मी तेवढा विश्वास कुणावर ठेवू शकले नव्हते आणि कुणी माझ्यावर. मग मी काय मिळवलं? आणि मी कुणाला काय दिलं?

कधी एकटे असले की, ते फोटो काढून बघत बसायचे किंवा टी. व्ही. वर जो चालू असेल तो सिनेमा बघत बसायचे. मग त्यांचा फोन यायचा, 'असा असा सीन चालू आहे. असे असे हिरो-हिरॉईन आहेत. कुठला गं सिनेमा हा?'

एकेकाळी ज्या मैत्रीसाठी वेळप्रसंगी घरच्यांची कटुताही पचवली होती, ती व्यक्ती घरातच वास्तव्याला असूनही ते अस्वस्थच होते. १८ जून २००१. बापूंचा पुण्याला कार्यक्रम होता. म्हणून ते पुण्याला गेले होते. एकंदरीत सात-आठ दिवसांचं वास्तव्य होतं तिथे त्यांचं. दोन-तीनदा फोन झाले. कार्यक्रम छान झाल्याचं समजलं. प्रकृतीही ठीक होती. पुण्याचं काम संपवून ते २६ जून ला सकाळी मुंबईत परतले. ते खूप अस्वस्थ होते. सकाळी साडेअकराच्या दरम्यान त्यांचा मला फोन आला. 'खूप अनइझी वाटतंय' म्हणाले. नंतर ते आराम करणार होते. त्यांचं असंच होत होतं. कार्यक्रमासाठी जायचे तिथे सर्वांकडून घेरलेले असायचे. माणसांत असायचे आणि घरी आल्यावर शांतता दाटून यायची. एकटे पडायचे. पोकळी निर्माण व्हायची आणि म्हणून अस्वस्थता यायची. पण ह्या सर्वांवर काही उपाय नव्हता.

जेव्हा त्यांचा एकोणसत्तरावा वाढदिवस साजरा केला तेव्हाही असंच झालं होतं त्यांना. हा वाढदिवस तसा जोरदारच साजरा केला होता. आमंत्रणं पाठवण्याचं काम चालू होतं. ते म्हणाले होते, 'हा माझ्या आयुष्यातला शेवटचा सोहळा असणार आहे.' त्यांना हे अगोदरच समजलं होतं. श्री. श्रीधर फडके ह्यांचं गाणं, बापूंचं छोटंसं भाषण आणि त्यांच्या सत्तराव्या पुस्तकाचं प्रकाशन होतं. तो सोहळा खरंच दृष्ट लागेल असा झाला होता. बापू त्यानंतर मात्र खचतच गेले. जास्त जास्त खचले. जास्त एकटे होत गेले. पुण्याहून आल्यानंतर दिवसभर त्यांनी आराम केला असावा. मला

दिवसभरात त्यांनी काय केलं हे माहीत नाही. आम्ही – म्हणजे मी आणि राजन – घरातली, आमच्या बिझनेसची कामं करत होतो. मी झोपायला गेले तेव्हा रात्रीचे सव्वाअकरा वाजले होते. फोन वाजला... कुणी बोललं नाही. फोन वाजला... बिझनेसचा होता.

फोन वाजला... डॉक्टर म्हणाल्या – 'बापू...'

वांद्र्याला आम्ही पोहोचेपर्यंत बारा वाजले होते. डॉक्टर सांगत होत्या. 'ते आज खूप अस्वस्थ होते. मला म्हणाले, 'आज नाही गेलात कामावर तर नाही का चालणार?' तर मी त्यांना म्हटलं, 'मी प्रायव्हेट हॉस्पिटलमध्ये काम करते, तिथे इमर्जन्सी आहे. गेलं पाहिजे.' संध्याकाळी फोन आला, 'येताना इडली-सांबार घेऊन या.' मी 'हो' म्हटलं. ऑपरेशन संपवून इडली-सांबारचं पार्सल घेऊन घरी आले. तर बापू झोपलेले. दोन-तीनदा हाक मारली. नाही उठले. त्यांना सांगितलं पण, 'बघा इडली आणलीय. आवडते ना? खाताय ना?' तरी उत्तर नाही. जवळ जाऊन बघितलं तर वपु....'

निरोप, फोनाफोनी करून माणसं येईपर्यंत सकाळ झाली. सगळे सुन्न. आक्रोश ऐकवत नव्हता आणि दबलेलं रडू गुदमरवून टाकत होतं. बधिरता होती. काय करावं नक्की हे समजत नव्हतं. सगळे एकमेकांना आधार देत होते आणि बापू शांत झोपले होते.

बापूंना नेल्यानंतर की न्यायच्या आधी, हे आठवत नाही पण डॉक्टरांनी सर्वांना विचारलं 'इडली खाणार? वपुं साठी आणली होती. चांगली आहे. फ्रिजमध्ये ठेवली आहे. एवढ्या इडल्या टाकून कशा द्यायच्या? खाणार?' डॉक्टरांचं हे बोलणं बापूंनी नक्की ऐकलं असणार. त्यांना वाईट वाटलं असेल का तेव्हा? ते म्हणायचे त्याप्रमाणे 'प्रत्येक व्यक्ती एक 'पॅटर्न' असते.' बापूंनी ह्या पॅटर्नला तो जसा आहे तसा मान्य करून आपलासा केला. पण आमचं काय बापू? आम्ही तुमच्या एवढे मोठे नाही. संकटसमयी तुम्हाला एकटं करणाऱ्या डॉक्टरांना आम्ही नाही मान्य करू शकलो. त्या इडल्या डॉक्टर खाऊ शकल्या असतील; पण

आम्ही कुणीच नाही खाऊ शकलो. तुमची इडली खायची इच्छा होती आणि तुम्ही न खाता तसेच गेलात, मग आम्ही कशी खाणार होतो? आता तर आयुष्यभर इडली म्हटलं की...

मी यायला हवं होतं तुम्हाला भेटायला. तुम्ही अस्वस्थ होतात हे माहीत होतं मला. पण घरी डॉक्टर आणि त्यांचे यजमान होते. तुम्हाला सोबत होती असं वाटलं. सर्वसाधारणपणे तुम्ही बाहेरगावाहून आलात की असे अस्वस्थ होता, हे माहीत होतं. पुन्हा इथे स्थिरस्थावर व्हायला जरा वेळ लागायचा, पण व्हायचात हे माहीत होतं. पण ह्या वेळची अस्वस्थता वेगळी आहे, हे माहीत नव्हतं. तुम्ही मला एकदा सांगितलं होतं की, तुमच्याकडे अशी एक गोळी आहे, जी तुम्ही घेतलीत की... सव्वीस जूनला ती गोळी तुम्ही घेतलीत का हो? अखंड हा प्रश्न माझा पाठपुरावा करतो. कारण तुम्ही पुण्यात असेतो छान होतात. मग असं काय झालं अचानक? कुठली अस्वस्थता होती एवढी? आईची आठवण येत होती? खूप खूप तीव्रतेने? तिच्या शिवाय सर्व फोल आहे, हे तुम्हाला जास्त जास्त जाणवत होतं? 'तीच एकमेव अशी तुमच्यासाठी', हे परत परत वाटत होतं का तुम्हाला? हो. ह्या सर्व प्रश्नांची उत्तरं माझ्या दृष्टीने होकारार्थीच येतात. म्हणूनच तर तुम्ही तिला भेटायला गेलात.

एक तुमचं स्वत:चं राज्य तुम्ही स्थापन केलं होतंत. श्रमसाफल्य, मेहता इस्टेट, अकरा झपुर्झा एवढा मोठा प्रवास झाला. त्या तुमच्या राज्यात हरतऱ्हेची प्रजा होती. वर्तुळ वाढत गेलं होतं. परीघ इतका वाढला की मोजता येऊ नये. प्रत्येक व्यक्तीकडे, जी जी ह्या तुमच्या राज्यात येऊन गेली, तिच्याकडे तुमच्या आणि आईच्या अनेक आठवणी असतील. मीही हे सर्व सांगताना कमी पडले असेन. कारण आवाकाच किती मोठा! तुम्ही मला विचारलं होतं, 'मी आत्मचरित्र लिहू का?' मी 'नको' म्हटलं होतं. तुम्ही विचारलंत 'का?' मी सांगितलं, 'तुम्ही तुमचं आयुष्य लिहिणार, पण त्याचबरोबर काही अंशी इतरांच्या आयुष्याचाही पट उलगडला जाणार. आठवणी गोड असतील तर हरकत नाही, पण जर कडू

असतील, तर आपल्याला अधिकार नाही त्या आठवणी मांडण्याचा आणि त्यांचा 'आज' ढवळून काढण्याचा.' पण मला मात्र हे लिहावंसं वाटलं. तुमचा जीवनपट मांडावासा वाटला. कदाचित पुढे हे मीच करणार होते, म्हणून त्यावेळेला तुम्हाला नकार दिला का? पण तुम्हीही तो मान्य केलात आणि शेवटी आईजवळ निघून गेलात.

'मी माणसू शोधतोय' म्हणत शोध चालूच राहिला. माणूस मिळाला नसेल तुम्हाला अपेक्षित असा, असं झालं का? तुम्ही आईकडे गेलात आणि ह्या इथल्या साम्राज्याची रयाच गेली. तुम्ही म्हणाल, 'ती तर वसुंधरा गेली तेव्हाच गेली होती' पण आमच्यासाठी निदान तुम्ही होतात! २६५९१९९८ नंबर फिरवला की साद यायचा 'बो ला ऽ ऽ ऽ' हरवलं सगळं बापू. काय बोलणार? तुम्ही वाढवलेलं वर्तुळ आता एक छोटासा ठिपका झालाय.

बापू, मी तुम्हाला आणि आईला खूप दुखवलंय हे मला माहीत आहे. मी दिलेलं दुःख इतकं मोठं वाटतं की बेचैनी येते. बरं झालं तुम्ही आत्मचरित्र लिहिलं नाहीत. म्हणूनच आज मला हे मांडता आलं. माझ्या गैरवर्तनाची कबुली देता आली आणि कुटुंबाव्यतिरिक्त ज्या ज्या अशा व्यक्तींनी तुम्हाला दुखावलं त्यांनाही मी मोकळं करून टाकलं.

बापू संपूर्ण हिशोब मांडायचा झाला तर तुम्ही आणि आईने आनंदाचेच क्षण भरभरून आमच्या ओंजळीत टाकलेत. खटकणारे क्षण फारच कमी आहेत. पाण्याचा ग्लास भरलेलाच दिसतो; अर्धा रिकामा तुम्ही ठेवलाच नाहीत. तुम्ही मला माझ्या लग्नातला 'घरचा आहेर' दिलात त्यात म्हटलं होतंत, 'आयुष्यात घडून गेलेल्या चांगल्या गोष्टींचं जतन कर म्हणजे आयुष्यभर अशीच हसत राहशील.' हे हास्य देणारे तुम्हीच तर आहात.

आईशी लग्न झालं ती तारीख होती '२६ जून १९५५'. तेव्हा त्यांनी दोघांनी मिळून एका प्रवासाला सुरुवात केली. पृथ्वी गोल आहे, म्हणून हा प्रवासही वर्तुळाकार होणार. आईचा प्रवास मध्येच थांबला; पण बापूंना प्रत्येक गोष्ट अगदी व्यवस्थित पूर्ण करण्याची

सवय होती, म्हणून त्यांनी पुढे प्रवास चालू ठेवला आणि आईने मध्येच थांबवलेला प्रवास पूर्ण केला.

त्यांनी वर्तुळ पूर्ण केलं आणि ते अगदी अधीरतेने त्यांच्या वसुंधरेपाशी गेले. '२६ जूनलाच.' खऱ्या अर्थाने पुन्हा तिच्याशी रममाण व्हायला. एका वेगळ्या संसाराची सुरुवात करायला.

# म्हाताऱ्या रांगेतून

## वसुंधरा काळे

‘ज्ञानेश्वरांनी गायली गीता’,
कारण त्यांच्या ‘पाठी पुण्याई उभी’ होती.
अनेकांना नशिबाने ‘हिमालयाची सावली’ मिळते.
ती असल्यावर ‘संसार हा सुखाचा’ होणारच, ‘कुंकू जपून ठेवावं’,
पण ते ‘पद्मश्री धोंडीराजा’सारख्या व्यक्तीसाठी नाही.
‘सखाराम बाईंडर’सारख्या माणसासाठी, तर नाहीच नाही.
वय वाढलं तरी ‘म्हातारा न इतुका’ अशी माणसं असतात.
कुणा पोराला विचारावं लागतं की, ‘पप्पा सांगा कुणाचे?’
जीवनप्रवासात भेटते एखादी ‘माता द्रौपदी’,
एखादी ‘मीरा मधुरा’ भेटते, एखादा ‘भल्याकाका’,
‘धुक्यात हरवलेल्या वाटेवर’, ‘अशी पाखरे येती’
व ‘अंतरीच्या नाना कळा’ देऊन जातात.
क्वचित ‘एखादी तरी स्मितरेषा’ उमटते.
म्हणते, ‘शाब्बास, बिरबल शाब्बास!’
पण या सर्वांमध्ये श्रेष्ठ ठरतो, तो ‘नटसम्राट’ आक्रंदतो,
पोरका होतो, धावा करतो, घर हवं, मरण हवं;
पण तेव्हा ‘यमाला डुलकी लागलेली’ असते.

# जपुन टाक पाऊल!

भालचंद्र पेंढारकरांची नाट्यमुसाफिरी वपु यांच्या शब्दांत

निवेदक

**भालचंद्र पेंढारकर**

लेखक

**वसंत पुरुषोत्तम काळे**

काही सुखद, स्फूर्तिदायक क्षणांसाठी, व्यक्तींसाठी आपण जगतो. संसारातली सुखदुःखं विसरण्यासाठी नाटकाला येणाऱ्या प्रेक्षकांच्या आनंदासाठी आपण जगतो. तास न् तास रांगेत उभं राहून तिकिटं काढणाऱ्या रसिकांसाठी आपण आपले घाव विसरायचे असतात. एखादा कंट्रोलर, कलाकारासाठी जादा गाडी सोडतो आणि ड्रायव्हरही बेफाट वेगानं गाडी चालवतो. कलाकाराला नाटकाच्या वेळेत गावी पोहोचल्याचा आनंद मिळवतो. दौऱ्यावर निघालेल्या 'गोवा हिंदू असोसिएशन'च्या नावाचा फलक रेल्वेच्या डब्यावर दिसताच 'रायगडला जेव्हा जाग येते' या नाटकाची आठवण होऊन, कोण्या एका स्टेशनवरचा वर्तमानपत्रवाला पोऱ्या हातातले सगळे अंक, पैसे न घेता कलाकारांना वाटून टाकतो व स्वतःवरच खूष होऊन प्लॅटफॉर्मवरून पळत जातो. या शुद्ध आनंदासाठी, निरपेक्ष प्रेमासाठी ज्ञानेश, हाच व्यवसाय करायचा असं मी तुला सांगतो.